பாபிலோனின் மிகப்பெரிய பணக்காரன்

Tamil translation of the International bestseller
The Richest Man in Babylon

Reprint 2022

FINGERPRINT! TAMIL
An imprint of Prakash Books India Pvt. Ltd.

113/A, Darya Ganj,
New Delhi-110 002
Tel: (011) 2324 7062 – 65, Fax: (011) 2324 6975
Email: info@prakashbooks.com/sales@prakashbooks.com

Tamil translation done in association with Mysticswrite Private Limited

facebook www.facebook.com/fingerprintpublishing
twitter www.twitter.com/FingerprintP
www.fingerprintpublishing.com

ISBN: 978 93 8956 796 0

Processed & printed in India

பாபிலோனின் மிகப்பெரிய பணக்காரன்

Tamil translation of the International bestseller
The Richest Man in Babylon

பண்டைகாலத்திய வெற்றியின் இரகசியங்கள் -
செல்வத்தைப்பற்றி இதுவரை எழுதப்பட்டதில்
மிகவும் ஊக்கமளிக்கும் புத்தகம்

ஜார்ஜ் எஸ். க்ளேசன்
தமிழாக்கம்: ஜெயந்தி ரமேஷ்

FiNGERPRINT!

ஜார்ஜ் சாமுவெல் க்ளேசன் லூஸியானா, மிஸொரியில் நவம்பர் 7, 1874ம் ஆண்டு பிறந்தார். அவர் நெப்ராஸ்கா பல்கலைக்கழகத்தில் படித்து, யுனைடெட் ஸ்டேட்ஸ் இராணுவத்தில் சேர்ந்து, ஸ்பானிஷ் - அமெரிக்கன் சண்டையில் பணிபுரிந்தார். அவருடைய நீண்ட கால பதிப்பகத் துறையில், க்ளேசன் மெப் கம்பெனி ஆஃப் டென்வர், கொலராடோவில் ஆரம்பித்தார். அமெரிக்காவிற்கும் கனடா விற்கும் முதல் பாதை வரைபட நூலை வெளியிட்டார். 1926ல், பாபிலோனின் அறநெறி கதைகளை முன்வைத்து, அவர் செலவைக் கட்டுப்படுத்தவும், பொருளாதார வெற்றிக்குமான முதல் துண்டு பிரசுரத்தை அவர் வெளியிட்டார். இவைகள் அதிக அளவில் வங்கிகளாலும், முதலீட்டு நிறுவனங்களாலும் பரவலாக விநியோகிக்கப்பட்டு பிரபலமாகின. அதில் அதிக புகழ்மிக்கதுதான் இந்த "பாபிலோனின் மிகப்பெரிய பணக்காரன்." இந்த "பாபிலோனின் அறநெறிகள்" தான் ஊக்குவிக்கும் நவீன கருத்தியல்கள்.

நீளமாக செல்லும் சாலையைப் போல் உங்கள் வருங்காலம் உங்கள் முன் இருக்கிறது. அந்த சாலையில் அடையவேண்டிய, நிறைவேற்றப்படவேண்டிய அபிலாஷைகளும் ஆசைகளும் இருக்கின்றன.

அவைகளை நிறைவேற்ற செல்வத்தை வெற்றியடைய வேண்டும். பின்வரும் பொருளாதார திட்டங்களை உபயோகியுங்கள். காலியான பணப்பையின் இறுக்கத்திலிருந்து, கனமான பையை அடைந்து உங்களை சந்தோஷமான வாழ்க்கைக்கு வழி நடத்தும்.

ஈர்ப்புச் சக்தியைப்போல இந்த சட்டங்கள் நிலையானதும், மாறாததும். அனேக மக்களுக்கு புரியவைத்தது போல் உங்களுக்கும் கனமான பணப்பையும், வங்கி வைப்புத் தொகையும், பொருளாதார முன்னேற்றமும் இவற்றை புரியவைக்கும்.

பணம்தான் வாழ்க்கையின் வெற்றியை அளக்கும் கருவி.

பணம்தான் இந்த பூமியில் இருப்பதை மகிழ்ச்சியாக அனுபவிக்க வைக்கிறது.

பணத்தை அடைய எளிமையான வழிகளை அறிந்தவர்களுக்கு பணம் அதிகம் கிடைக்கும்.

6000 வருடங்களுக்கு முன் செல்வந்தர்கள் பாபிலோன் நகரில் பணத்தைக் கட்டுப்படுத்திய சட்டங்கள் தான் இன்றும் இருக்கின்றன.

பணத்தை அடைய எளிமையான வழிகளை
அறிந்தவர்களுக்கு
அது அதிகம் கிடைக்கும்

1. பணப்பையை பெருக்க ஆரம்பி
2. செலவைக் கட்டுப்படுத்து
3. செல்வத்தைப் பெருக்கு
4. செல்வத்தை அழிவிலிருந்து காப்பாற்று
5. இருப்பிடத்தை முதலீட்டாக்குங்கள்
6. வருங்கால வருமானத்திற்கு காப்புரிமை செய்.
7. வருமானத்தை அதிகரிக்க ஆற்றல் காட்டு

உள்ளே

முன்னுரை

ஒரு நாட்டின் பொருளாதாரம் தனிப்பட்ட மனிதனின் பொருளாதாரத்தைச் சார்ந்தது.

இந்த புத்தகம் நம் ஒவ்வொருடைய வெற்றியைப் பற்றி சொல்கிறது. நாம் அடையும் வெற்றி நமது முயற்சியினால் தான். வெற்றியடைய சரியான தயாரிப்பு வேண்டும். நம் நடவடிக்கைகள் நம் எண்ணங்களை விட மாறுபட்டதல்ல. நம் புரிதலும் அவ்வகையே.

பொருளாதாரத்தை புரிந்துகொள்வதற்கு இந்த புத்தகம் ஒரு வழிகாட்டி. அதுதான் அதன் குறிக்கோள்: பொருளாதார வெற்றியை கோருகின்றவருக்கும், இருக்கும் செல்வத்தை வைத்து அதை மிகையாக்குவற்கும் வழி சொல்கிறது.

வரும் பக்கங்களில், நம்மை பாபிலோனுக்கு திருப்பி அழைசத்துச் செல்கிறது. அங்குதான் இன்று உலகம் முழுவதும் அங்கீகரிக்கப்படும் அடிநிலை நெறிமுறைகள் வளர்க்கப்பட்டன.

புதிதாக படிப்பவர்களுக்கு அன்று படித்தவர்களைப்போல வங்கி கணக்குகளுக்கும், தனிப்பட்ட பொருளாதார சிக்கல்களுக்கும், அதிக பொருளாதார வெற்றியடையவும் இந்தப் பக்கங்கள் தூண்டுதலுடனும் அன்புடனும் அழைத்துச் செல்கிறது.

தங்கள் நண்பர்கள், சொந்தங்கள், சக ஊழியர்களுக்கு இந்த கதைகளை எடுத்துச் சென்ற தொழில் நிர்வாகிகளுக்கு இந்த புத்தகத்தின் ஆசிரியர் நன்றி கூறுகிறார். இதில் இருக்கும் நெறிமுறைகளை அறிந்து, அவற்றை அனுபவித்திருக்கும் அவர்களைத் தவிர வேறு எவரும் இதற்கு மேலொப்பம் தர மேன்மையானவர்கள் அல்லர்.

பண்டைகால உலகத்தில் பாபிலோன் மிக அதிக செல்வமுள்ள நகரமாக இருந்தது. ஏனென்றால் அதன் குடிமக்கள் செல்வந்தர்களாக இருந்தார்கள். பணத்தின் மதிப்பை அறிந்திருந்தார்கள். பணத்தை அடையவும், அதை வைத்து பன்மடங்காக்குவதற்கும் இருந்த நெறிமுறைகளை பின்பற்றினார்கள். நாம் எல்லோரும் ஆசைப்படுவதை அவர்களும் தனக்கென்று ஏற்பாடு செய்தார்கள். . . அதுதான் வருங்காலத்திற்கு வருமானம்.

ஜி. எஸ். ஸி.

பாபிலோன் பற்றிய வரலாற்றுக் குறிப்பு

பாபிலோனைக் காட்டிலும் ஒரு கவர்ச்சிகரமான நகரம் வரலாற்றுப் பக்கங்களில் இல்லை. அதன் பெயரே செல்வம் மற்றும் பிரம்மாண்டம் என்ற மனக்காட்சியைத்தான் உருவாக்கும். அதன் பொக்கிஷமான தங்கம் மற்றும் ஆபரணங்கள் வியப்பான விஷயம். இப்படிப்பட்ட செல்வம் கொழிக்கும் நகரம் இயல்பாகவே வன வளத்துடன் கூடியது என்று நினைப்போம்; மரவளங்களும் கனிம வளங்களும் நிறைந்தது என்று கருதுவோம். ஆனால் அப்படி அல்ல. யூஃப்ரடீஸ் ஆற்றங்கரையில் ஒரு செடிகொடியற்ற பள்ளத்தாக்காகத் தான் இருந்தது. காடுகள் இல்லை, சுரங்கங்கள் இல்லை - கட்டிடம் கட்டக் கற்கள் கூட இல்லை. வணிகம் நடத்த பாதைகளும் இல்லை. மழை குறைச்சலாக இருந்ததால் பயிர்களும் வளர்க்க முடியவில்லை.

தன்னிடம் இருப்பதைக் கொண்டு மனிதனால் சிறப்பான சாதனைகளைச் செய்ய முடியும் என்பதற்கான ஒரு அற்புதமான எடுத்துக்காட்டாக பாபிலோன் திகழ்ந்தது. இந்த மாநகரத்தை உருவாக்கிய அனைத்து விஷயங்களும் மனிதனால் உருவாக்கப்பட்டவை மட்டுமே. அதன் செல்வங்கள் அனைத்தையுமே மனிதன் வளர்த்தது தான்.

பாபிலோனிடம் இரண்டு இயற்கைவளம் தான் இருந்தது - வளமான மண் மற்றும் ஆற்று நீர். இந்த நாளோ இல்லை வருகின்ற நாட்களிலோ இப்படிப்பட்ட ஆச்சரியமான பொறியியல் சாதனையை பாபிலோன் பொறியாளர்கள் ஆற்று நீரின் போக்கை அணைகள் மற்றும் நீர்ப்பாசனக் கால்வாய்கள் மூலம் திசை திருப்பியது தான்; வறண்ட பள்ளத்தாக்கில் இந்த கால்வாய்கள் ஜீவநதியைக் கொண்டு மண்ணை வளமாக்கின. வரலாற்றுக்குத் தெரிந்த முதல் பொறியியல் சாதனை இதுதான். இந்த விவசாயத்தினால் அமோக விளைச்சல் பரிசாகக் கிடைத்ததை உலகம் இதுவரைக் கண்டதில்லை.

அதிர்ஷ்டவசமாக பாபிலோனின் நீண்ட வரலாற்றில் அதை ஆண்ட மன்னர்களுக்கு போரும் அதன் மூலம் கிடைக்கும் சொத்தும் யதேச்சைதான். பல போர்களில் ஈடுபட்டாலும் அவை அனைத்துமே சுற்றுவட்டாரத்தில் நடந்தவை அல்லது பாபிலோனின் பொக்கிஷங்களைக் கண்டு பேராசைக் கொண்டு அவற்றைப் பறிக்க வந்தவர்களிடம் இருந்து தற்காப்புக்காக நடந்தவை. பிரபலமான பாபிலோன் மன்னர்கள் வரலாற்றில் இடம் பெற்றதற்கான காரணங்கள், அவர்களின் அறிவுத் திறன், சாதுரியம் மற்றும் நியாய உணர்வு. சுய கௌரவத்தை முன் நிறுத்தி, உலகையே வென்று, அனைத்து நாடுகளும் தனக்கு கப்பம் கட்ட வேண்டும் என்ற கர்வம் கொண்ட மன்னர்களை பாபிலோன் உருவாக்கவில்லை.

பாபிலோன் ஒரு நகரமாக இன்று நிலைக்கவில்லை. ஆயிரம் ஆண்டுகளுக்கு மேல் அதற்கு சக்தியும் ஊட்டமும் அளித்து, அதை நிர்வகித்து பராமரித்த மக்கள் வளம் குன்றிய பின், ஆள் அரவமற்ற உடைந்த பாலைவனமாகிப் போனது. சூயஜ் கால்வாய்க்கு கிழக்கே 600 மைல்கள் தள்ளி, பர்ஷிய வளைகுடாவுக்கு வடக்கே ஆசிய கண்டத்தில் இருந்தது. முப்பது டிகிரி அட்சரேகையில், பூமத்திய ரேகைக்கு மேலே, இன்று யுமா, ஆரிஜோனா இருக்கும் இடத்தில் இருந்தது. இந்த அமெரிக்க நகரத்தின் பருவநிலையை தான் அதுவும் கொண்டது, வெப்பம் மற்றும் வறண்ட வானிலை.

ஒரு காலத்தில் அதிக மக்கள் தொகை கொண்ட, நீர் பாசன வசதி நிரம்பிய விவசாய நிலமாக விளங்கிய இந்த யூஃப்ரடீஸ் பள்ளத்தாக்கு இன்று வெப்பக் காற்று வீசும் வறண்ட நிலமாகக்

காட்சி அளிக்கிறது. குறைவான புல் தரை, அங்கொன்றும் இங்கொன்றுமான பாலைவனச் செடிகள் என்று மண் அடிக்கும் காற்றில் சிரமப்பட்டு வளர்கின்றன. வளமான வயல்கள் மறைந்து விட்டன. சிறந்த மாநகரங்கள், நீளமான வரிசையில் பயணிக்கும் செல்வந்தர்களான வணிகர்கள், அவர்களுடைய பொருட்கள் என்று அனைத்துமே மறைந்துவிட்டன. தற்போது நிலையில்லாமல் அலையும் அரபுக் கூட்டங்களும், அவர்களுடைய சொற்பமான கால்நடையும் தான் இங்கு உயிர் வாழ்கிறார்கள். கிறிஸ்து பிறந்த வருடங்களிலிருந்து தொடரும் நிலைமை இதுதான்.

இந்த பள்ளத்தாக்குகளுக்கு நடுவே அங்கங்கே புள்ளி வைத்தது போன்ற மண் குன்றுகள். பல நூற்றாண்டு காலங்களாக அந்த வழியே செல்லும் பயணிகள் அதைக் குன்றுகள் என்றே எண்ணினர். அவ்வப்போது மழைக்காற்றில் அங்கிருந்து உடைந்த மண் பாண்டங்களும், செங்கல்லும் அடித்து வரப்பட்டதைக் , கண்ட தொல்பொருள் ஆராய்ச்சியாளர்கள், அந்த இடத்துக்கு ஈர்க்கப்பட்டனர். ஐரோப்பா மற்றும் அமெரிக்க அருங்காட்சியகங்கள் பணம் கொடுத்து இந்த இடத்தைத் தோண்டி ஆராய்ச்சி செய்யும்படி குழுக்களை அனுப்பி வைத்தனர். மண்வெட்டிகளும், கடப்பாரைகளும் இந்த குன்றுகள் பண்டைகால நகரங்கள் என்பதை வலியுறுத்தின. அவைகளை நகரக் கல்லறைகள் என்றே அழைக்கலாம்.

பாபிலோனும் அவற்றில் ஒன்று. சுமார் இருபது நூற்றாண்டுகளாக பாலைவனப் புழுதியைக் காற்று இந்த நகரத்தின் மீதி வீசியிருக்கிறது. செங்கற்களால் கட்டப்பட்ட நகரத்து சுவர்கள் தேய்ந்து, சிதைந்து மண்ணுக்குள்ளே புதைந்தன. செல்வ வளம் பெற்ற பாபிலோன் நகரம் இன்று மண்ணுக்குள்ளே ஒரு குப்பைமேடு! வெகு காலமாகக் கேட்பாரற்று கிடந்தது. ஒரு மனிதனுக்கும் அதன் பெயரே கூட தெரியாது. நூற்றாண்டு காலங்களாய் அதன் தெருக்களின் மீது படர்ந்த குப்பையையும், புழுதியையும் நீக்கிய பிறகு அது கண்டுபிடிக்கப்பட்டது. சிறந்த அரண்மனைகளும், கோவில்களும் உடைந்து விழுந்த சிதிலங்களில் இருந்து கண்டெடுக்கப்பட்டன.

பல விஞ்ஞானிகள், பாபிலோன், மற்றும் அதைச்

சுற்றியுருந்த நகரங்களின் நாகரிகம் தான் மிகவும் பழமையானது என்று ஆதார பூர்வமாக நம்புகிறார்கள். 8000 ஆண்டுகளுக்கு முன்னால் விளங்கிய நாகரிகம் என்று சான்றுகள் கூறுகின்றன. இந்த தேதிகளை எப்படிக் குறிக்கிறார்கள் என்பதில் ஒரு சுவாரஸ்யம் அடங்கியிருக்கு. இந்த இடிபாடுகளுக்கு இடையே ஒரு சூரிய கிரஹணம் நடந்தது பற்றிய குறிப்பு இருக்கின்றது. நவீன வானவியல் ஆராய்ச்சியாளர்கள் எப்பொழுது அப்படிப்பட்ட கிரஹணம் பாபிலோனில் தெரிந்திருக்கும் என்று கூட்டிக் கழித்துப் பார்த்ததில், அவர்களுடைய நாட்காட்டிக்கும் நம்முடையதுக்கும் தொடர்பு இருப்பதைக் கண்டுபிடித்தனர்.

இதன் மூலம் 8000 ஆண்டுகளுக்கு முன்னால் பாபிலோனில் வாழ்ந்த சுமேரைட்டுகள் நகரத்தைச் சுற்றி சுவர்கள் எழுப்பி வாழ்ந்து வந்தனர் என்பதை அறிய முடிகிறது. இது போன்ற நகரங்கள் எத்தனை ஆண்டுகளுக்கு முன்னர் இப்படி இருந்தன என்பதை நம்மால் கற்பனை தான் செய்து பார்க்க முடியும். காவலாக அமைந்த நகரச் சுவற்றுக்குள் அவர்கள் காட்டுமிராண்டித்தனமான வாழ்க்கையை வாழவில்லை. அவர்கள் கல்வியும் முற்போக்கு சிந்தனையும் கொண்டவர்கள். எழுதப்பட்ட வரலாற்றைப் பொறுத்தவரை அவர்கள் தான் முதல் பொறியாளர்கள், முதல் விண்வெளி ஆய்வாளர்கள், முதல் கணக்கு ஆசான்கள், முதல் பொருளாதார நிபுணர்கள் மற்றும் முதலில் மொழிக்கு எழுத்து வடிவம் கொடுத்தவர்கள்.

ஏற்கனவே குறிப்பிட்டபடி வறண்ட பள்ளத்தாக்கை பாசன வசதிகள் செய்து விளையும் சொர்க்கமாக மாற்றியவர்கள். இந்த கால்வாய்களை இப்பொழுது கூட தடம் தேடிக் கண்டுபிடிக்கலாம். அவற்றில் பாலைவன மணல் நிரம்பியுள்ளன. சிலவற்றின் அகலத்தைப் பார்த்தால், நீர் வற்றி விட்டால் பன்னிரண்டு குதிரைகள் அவற்றின் படுகையில் ஒரு சேரப் பயணிக்கும் அளவு அகலமானவை. அமரிக்காவில் உள்ள கொலராடோ மற்றும் ஊடா நகரங்களில் உள்ள பெருங்கால்வாய்களுக்கு ஒப்ப இருந்தன.

வயல்களுக்கு பாசன வசதிகள் செய்து கொடுத்ததோடு நில்லாமல், பாபிலோனின் பொறியாளர்கள் வேறு சில சாகசங்களையும் செய்திருக்கிறார்கள். யூஃப்ரடீஸ் மற்றும் டைக்ரிஸ் நதிகளின் வாயருகே இருந்த சதுப்பு நிலங்களில்

பிரமாதமான கழிவு ஏற்பாடுகளைச் செய்து அவற்றையும் விளைநிலங்களாக மாற்றிவிட்டனர்.

ஹீரோடோடஸ் என்ற கிரேக்க பயணி, பாபிலோன் சிறப்பாகத் திகழ்ந்த போது அங்கு பயணம் சென்று அதன் குறிப்புகளை எழுதியுள்ள ஒரே வெளிநாட்டுக்காரர். அவர் பயணக் குறிப்புகள், அந்த நகரத்தையும், நகர மக்களின் சில வினோத பழக்க வழக்கங்களையும் விரிவாகவும் அழகாகவும் படம் பிடித்து காட்டுகிறது. நகரத்தின் அரிதான மண் வளத்தைப் பற்றியும் அங்கு அமோகமாக விளைந்த கோதுமை மற்றும் பார்லிப் பயிர்களைப் பற்றியும் சிலாகிக்கிறார்.

பாபிலோனின் புகழ் மங்கினாலும் அதன் அறிவு நமக்காகப் பாதுகாக்கப் பட்டிருக்கிறது. அவர்கள் பராமரித்து வந்த பதிவு முறைகளுக்கு நாம் நன்றிக் கடன் பட்டிருக்கிறோம். அந்த காலத்தில் காகிதத்தின் பயன் கண்டுபிடிக்கப் படவில்லை. ஈரக் களிமண்ணில் கடுமையாக உழைத்து எழுதி வைத்தனர். எழுதி முடித்தப் பின்னர் அவற்றைச் சுட்டுக் கடினமான வில்லைகளாக்கினர். ஆறு அங்குலத்துக்கு, எட்டு அங்குலம், மேலும் ஒரு அங்குலம் கனம் என்ற விகிதத்தில் அவற்றை வடித்தனர்.

நம்முடைய நவீன கால எழுத்துக்களைப் போலத் தான் அக்காலத்தில் இந்த களிமண் வில்லைகளைப் பயன் படுத்தினர். அவற்றின் மீது காவியங்கள், கவிதைகள், வரலாறு, அரசாணைகள், நாட்டின் சட்டங்கள், நில உரிமை பட்டயம், கடன் பத்திரம், மற்றும் தூர தேசங்களுக்கு கடிதங்களை தூதுவர்கள் மூலம் அனுப்புவது போன்றவற்றை வடித்தனர். அம்மக்களின் அந்தரங்கங்களைப் பற்றிய விஷயங்களை நாம் தெரிந்து கொள்ள இந்த களிமண் வில்லைகள் பெரிதும் உதவி புரிந்தன. உதாரணத்திற்கு ஒரு வில்லையில், அந்த ஊர் கடைக்காரர் ஒருவரின் குறிப்பு கூறுவது: ஒரு குறிப்பிட்ட தேதியன்று ஒரு வாடிக்கையாளர், ஒரு பசுமாட்டைக் கூட்டி வந்து அதற்கு பதிலாக, ஏழு கோணி கோதுமையை வாங்கிச் சென்றார். அவற்றில் மூன்றை அப்போதே பெற்றுக்கொண்டு, மற்ற நான்கை இஷ்டம் போல் வாங்கிக் கொள்கிறேன் என்றார்.

இந்த இடிபாடுகளுடைய நகரங்களினூடே பத்திரமாகப் புதைந்துக் கிடந்த வில்லைகளின் பெரிய நூலகமே இருந்தது.

நூறாயிரம் வில்லைகள் கண்டெடுக்கப்பட்டன.

பாபிலோனின் மிகப் பெரிய அதிசயம் அதைச் சுற்றியிருந்த சுவர்கள் தான். பண்டைய குலத்தினர் அந்த சுவர்களை எகிப்து பிரமிடுகளோடு ஒப்பிட்டு, ''உலகத்தின் ஏழு அதிசயங்களில் ஒன்று,'' என்று குறிப்பிட்டனர். நகரத்தின் பழமையான வரலாற்றின்படி, ராணி செமிராமிஸ் தான் முதன் முதலில் இந்த சுவர்களை எழுப்பிய பெருமையை அடைகிறாள். நவீன அகழ்வாளர்களுக்கு அந்தப் பழைய சுவர்கள் தோண்டும் பொழுது கிடைக்கவில்லை. அவற்றின் சரியான உயரம் தெரியவில்லை. சில வரலாற்றுப் பதிவாளர்களின் குறிப்புகளில் அவை ஐம்பதிலிருந்து அறுபதடி உயரம் இருந்ததாகவும், வெளிப்புறம் சுட்ட செங்கற்களால் ஆனது என்றும் ஒரு ஆழமான அகழி தண்ணீருடன் நகரத்தைக் காத்ததாகவும் அறிகிறோம்.

பின்னர் எழுப்பப்பட்ட பிரசித்திபெற்ற சுவர்கள் கிறிஸ்து பிறப்பதற்கு அறுநூறு ஆண்டுகளுக்கு முன்னர் நபோபோலசார் அரசனால் எழுப்பப்பட்டவை. அவற்றைத் திருப்பி எழுப்ப பிரம்மாண்டமான திட்டத்தை அரசன் வகுத்தான். தன் வாழ்நாளில் அவற்றை முடிக்க முடியவில்லை. அவன் மகன் நெபுச்சட்நேஜர் பொறுப்பில் விழுந்தது. அவன் பெயர் பைபிளில் கூட சொல்லப்பட்டிருக்கிறது.

புதிய சுவர்களின் உயரமும், நீளமும் நம்பும்படியாக இல்லை. நம்பத்தக்க தகவல்களின்படி அவை 160 அடி உயரம். இன்றைய தேதியில் ஒரு பதினைந்து மாடி கட்டிடம் எழுப்பினால் இருக்கும் உயரம். அதன் மொத்த நீளம் ஒன்பதிலிருந்து பதினொன்று மைலாக இருக்கலாம். ஆறு குதிரைகள் பூட்டிய தேரை ஓட்டும் அளவுக்கு அகலமானவை. இந்த பிரம்மாண்டத்தில் கொஞ்சம் கூட மிச்சம் இல்லை, அடித்தளம் மற்றும் அகழியைத் தவிர. இயற்கையின் அழிவைத் தவிர அரேபியர்கள் செங்கல்களை தோண்டி எடுத்து வேறு இடத்தில் கட்டிடம் கட்டப் பயன்படுத்திவிட்டனர்.

அந்தக் காலத்தில் போரில் வென்ற பெரிய போர்படைகள் கொண்ட ஒவ்வொருவரும் படைத் திரட்டி பாபிலோனின் சுவர்களை நோக்கி வந்தனர். நிறைய அரசர்கள் பாபிலோனின் மீது போர் தொடுத்தனர்; சூழ்ந்தனர்; ஆனால் அனைத்தும்

வீண். அந்த காலத்துப் போர்படைகளைச் சாதாரணமாக எடைபோடக் கூடாது. 10,000 குதிரைப் படை வீரர்கள், 25,000 தேர்கள், 1200 காலாட்படை வீரர்கள், அவற்றில் ஒவ்வொரு பிரிவிலும் 1000 போர் வீரர்கள் என்று வரலாற்று ஆய்வாளர்கள் குறிப்பிடுகின்றனர். பல சமயங்களில் இரண்டிலிருந்து மூன்று ஆண்டுகள் ஆகும், ஆயுதங்களைத் திரட்டிப் போருக்கு ஆயத்தமாக; போர்காலத்துக்கு தேவையான உணவுகளையும் அவர்கள் சேகரம் செய்ய வேண்டும். பிறகு தான் படையெடுக்க முடியும்.

இன்றைய நவீன நகரத்தைப் போலத் தான் பாபிலோன் நகரம் அமைக்கப்பட்டிருந்தது. தெருக்களும் கடைகளும் இருந்தன. வீடுகள் இருக்கும் வீதிகளில் தள்ளு வண்டியில் பொருட்களைக் கூவி விற்றனர். அரசரின் பூசாரிகள் வியக்கத்தகு கோவில்களில் பணியாற்றினர். நகரத்திற்குள்ளே தனி பிரிவில் அரசருக்கு தனி அரண்மனைகள் இருந்தன. நகரச் சுவர்களை விட உயரமான சுவர்கள் அரண்மனைகளைக் காத்தன.

பாபிலோனியர்கள் கலைகளில் தேர்ச்சி பெற்றிருந்தனர். சிற்பம் வடிப்பது, ஓவியம் தீட்டுவது, நெசவு, தங்க ஆசாரிகள், உலோக ஆயுதங்கள் தயாரிப்பு மற்றும் விவசாய உபகரணங்களைத் தயாரிப்பவர்கள் போன்றவர்கள் நேர்த்தியாகச் செயல்பட்டனர். அவர்களின் கொல்லர்கள் திறம்பட ஆபரணங்களைச் செய்தனர். செல்வந்தர்களின் கல்லறைகளிலிருந்து பல ஆபரணங்கள் கைப்பற்றப்பட்டன. உலகின் முன்னணி அருங்காட்சியகங்களில் அவைக் காட்சி பொருள்களாக வைக்கப்பட்டுள்ளன.

உலகத்தில் பலர், கல் கோடாரியைக் கொண்டு மரங்களை வெட்டிக் கொண்டும், கூரான கல் முனைகளைக் கொண்டு ஈட்டிகள், அம்புகள் செய்து வேட்டையாடுவது, சண்டையிடுவது என்று கற்கால மனிதர்களாக வாழ்ந்து கொண்டிருந்த சமயத்திலும், பாபிலோனிய மக்கள் கோடாரிகள், ஈட்டிகள், அம்புகள் போன்றவற்றை உலோகத்தினால் தயாரித்தனர்.

பாபிலோனியர்கள் சாமர்த்தியமான பொருளாதார நிபுணர்கள் மற்றும் வணிகர்கள். நமக்குத் தெரிந்தவரை பணத்தைக் கொண்டு வணிகம் செய்தவர்கள் இவர்கள் தான். உறுதிப்பத்திரம் (pro note) மற்றும் நில தஸ்தாவேஜுகளை

உபயோகித்தவர்களும் இவர்கள் தான்.

கிறிஸ்து பிறப்பதற்கு 540 ஆண்டுகளுக்கு முன் வரை பாபிலோனை எந்த எதிரிப் படையும் ஆட்கொள்ளவில்லை. அப்பொழுது சுவர்களைப் கைப்பற்ற முடியவில்லை. பாபிலோன் தோற்ற கதை மிகவும் விநோதமானது. சைரஸ், அந்த காலத்தில் பெரிய போர் வீரன்; நகரத்தை தாக்க முடிவு செய்தான். அதன் வெல்ல முடியாத சுவர்களை அழிக்க நினைத்தான். அப்போதைய பாபிலோன் அரசன் நபோநிடஸின் ஆலோசகர்கள் அவனுக்கு இப்படி ஆலோசனை வழங்கினர்; சைரஸ் நகரத்தை சூழ்ந்து உள்ளே வருவதற்குள் அவனை நகரத்தின் வெளியிலேயே சந்திக்கலாமே என்றனர். பாபிலோனியப் படை தோற்றது; ஊரை விட்டே ஓடியது. சைரஸ் திறந்த வீட்டினுள் நுழைந்து எந்த எதிர்ப்பும் இல்லாமல் ஆட் கொண்டான்.

அதன் பிறகு அந்த நகரத்தின் புகழ், ஆளுமை மற்றும் சிறப்பு லேசாக மங்கத் தொடங்கியது. சில நூறு ஆண்டுகளில் அது கைவிடப்பட்டது, துறக்கப்பட்டது, காற்றும் புயலும் அதை மீண்டும் இடித்து பாலைவனமாக்கின; எந்த இடத்திலிருந்து அதன் சிறப்பு அமைக்கப்பட்டதோ அது அந்த இடத்துக்கே மீண்டும் திரும்பியது. பாபிலோன் வீழ்ந்தது, மறுபடியும் எழவில்லை. ஆனால் நாகரிகம் அதற்கு மிகவும் கடமைப்பட்டிருக்கிறது.

காலத்தின் நாட்கள் கர்வமாக நின்ற அதன் கோவில் சுவர்களைத் தவிடு பொடியாக்கியிருக்கலாம், ஆனால் பாபிலோனின் அறிவு இவற்றுக்கெல்லாம் அப்பால் தனித்து நிற்கிறது.

தங்கத்தை விரும்பிய மனிதன்

பன்ஸிர், பாபிலோனின் ரதம் செய்பவன், மிகவும் மனம் தளர்ந்துவிட்டான். அவன் வீட்டைச்சுற்றி எழும்பியிருந்த தாழ்வான சுவரில் உட்கார்ந்து அவனுடய எளிமையான வீட்டையும் திறந்த பட்டறையில் இருந்த பாதி கட்டப்பட்டிருந்த தேரையும் சோகமாக பார்த்தான்.

அவன் மனைவி அடிக்கடி கதவருகில் வந்து மறைந்தாள். அவளின் திருட்டுத்தனமான பார்வை அவன் இன்னும் முடிக்க வேண்டிய வேலைகளை நினைவுப்படுத்தின. ரதத்தை கட்டி முடித்து, சுத்தியால் அடித்து, மெருகூட்டி, சக்கரத்தின் விளிம்புகளை தோலால் இருக்கி, செல்வம் நிறைந்த வாடிக்கையாளரிடம் விற்று பணம் கிடைத்தால்தான் உணவுப்பையை நிரப்ப முடியும்.

எனினும், அவனுடைய பெருத்த உடம்பு சுவரின் மேலேயே இருந்தது. அவனுடைய நிதானமான மனம் பிரச்சனைக்கு தீர்வு காண முடியாமல் பொறுமையாக போராடிக்கொண்டிருந்தது. யூஃப்ரேடஸின் அடையாளமான சூரியனின் வெப்பம் அவன் மேல் கருணையில்லாது தாக்கியது. வேர்வைத்துளிகள்

அவன் நெற்றியில் சேர்ந்து ரோமம் உள்ள அவனது மார்பினில் வழிந்தது.

அவன் வீட்டைத் தாண்டி அரச மாளிகையின் பெரிய மதில் சுவர் இருந்தது. பக்கத்தில், நீல வானத்தை அணைத்து பெல் (Bel) எனும் வர்ணமளிக்கப்பட்ட கோபுரம் இருந்தது. இந்த சூழலில்தான் அவனுடைய எளிமையான வீடும் அவ்வளவு நன்றாக பராமரிக்கப்படாத மற்ற வீடுகளும் இருந்தன. இதுதான் பாபிலோன் - நகரைக்காக்கும் சுவர்களின் நடுவில், பகட்டும் அழுக்கும், செல்வமும் ஏழ்மையும், திட்டமைப்பு இல்லாத கூட்டமுள்ளதாக இருந்தது.

பின்புறம் அவன் பார்க்க நேர்ந்தால், பணக்காரர்களின் இரைச்சலான ரதங்களும், செருப்பணிந்த வியாபாரிகளும், செருப்பில்லாத பிச்சைக்காரர்களும் தென்படுவார்கள். பணக்காரர்களைக்கூட குழிக்குள் தள்ளுமளவிற்கு ''அரசின் வேலை'' என்று தண்ணீர் ஏந்தும் அடிமைகள், கனமான ஆட்டுத்தோலில் செய்த பைகளில் தொங்கும் பூந்தோட்டத்திற்கு நீர் பாய்ச்ச சென்று கொண்டிருப்பார்கள்.

பன்ஸிர் நகரத்தின் இரைச்சலை விட அவனது பிரச்சனையில் தான் மூழ்கி இருந்தான். அவனது சிந்தனையிலிருந்து யாழின் இசை அவனை ஈர்த்தது. திரும்பியவன், இசைக்கலையை பயின்ற அவனுடைய நண்பன் கோப்பீயின் உணர்ச்சிமிக்க சிரித்த முகத்தை கண்டான்.

''ஆண்டவன் உனக்கு மிகவும் பெருந்தன்மையான மனதை கொடுக்க வேண்டுகிறேன் என் நண்பனே'' என்று கோப்பீ வணங்கினான். ''நீ அதிக வேலை செய்யாமல் தாராள மனமுடையவனாக இருக்க ஆண்டவன் உன்னைப் படைத்திருக்கிறான். உன் நற்பேறுக்காக நான் சந்தோஷப்படுகிறேன். உன்னிடம் அதை பகிர்ந்தும் கொள்வேன். உன்னிடம் பணம் இல்லாவிட்டால் உன் கடையில் நீ சுறுசுறுப்பாக இருந்திருப்பாய். இன்று இரவு உயர்குடிமகனின் விருந்து முடியும் வரை எனக்கு இரண்டு காசுகள் கடனாகக் கொடு. நீ இதை மறந்துவிடுவதற்குள் திரும்பி வந்துவிடும்.''

பன்ஸிர் சோர்வோடு சொன்னான் - ''என்னிடம் இரண்டு காசுகள் இருந்தால், யாருக்கும், ஏன், என்னுடைய அருமை நண்பனுக்குக்கூட கடனாக தரமாட்டேன். ஏனென்றால்

இவைதான் என்னுடைய சொத்து. எல்லா சொத்தையும் அருமை நண்பனுக்குக்கூட எவரும் தரமாட்டார்கள்.''

கோப்பீ ஆச்சரியத்துடன் ''என்ன, உன்னிடம் ஒரு காசு கூட இல்லாமல் சிலை போல் சுவர் மேல் உட்கார்ந்திருக்கிறாய்! ரதத்தை ஏன் கட்டி முடிக்கக்கூடாது? உன்னுடைய பசிக்கு எப்படி ஏற்பாடு செய்வாய்? 'இது நீ நடந்து கொள்வது போல் இல்லை நண்பனே! உன்னுடைய முடிவில்லா சக்தி எங்கே? உனக்கு ஏதேனும் கவலை இருக்கிறதா? ஆண்டவன் ஏதாவது தொல்லை கொடுத்திருக்கிறானா?'' என்று கேட்டான்.

''கடவுளின் சோதனையாகத்தான் இருக்கவேண்டும்,'' என்றான் பன்ஸிர். ''நான் ஒரு வசதியுள்ளவனாக இருப்பதுபோல் ஒரு அறிவில்லாத கனவு ஆரம்பித்தது. அந்த கனவில், என்னுடைய இடையிலிருந்து கனமான காசுப்பை தொங்கியது. அந்தக் காசுகளை நான் பிச்சைக்காரர்களுக்கு வாரி இறைத்தேன்; என் மனைவிக்கு அணியலங்காரங்களை வாங்கினேன், என் ஆசைகளை பூர்த்தி செய்தேன். என்னுடைய வருங்காலத்துக்கும் இந்த சொத்து இருக்கும் என்று நம்பி வெள்ளிகளை செலவழித்தேன். என்னுள் ஒரு அடங்கா திருப்தி ஏற்பட்டது. உனக்கு நான் ஒரு கடுமையாக உழைக்கும் நண்பனாக தெரிந்திருக்க மாட்டேன். என் மனைவியின் சந்தோஷத்தால் பளபளக்கும் சுருக்கமில்லாத முகத்தையும் அறிந்திருக்க மாட்டாய். திருமணமான புதிதில் இருந்த சிரித்த பெண் போல இருந்தாள்.''

''சுகமான கனவுதான்,'' என்றான் கோப்பீ. ''ஆனால் ஏன் சுகமான கனவுகள் உன்னை சுவரின் மேல் சோகமாக சிலை போல் வைத்திருக்கின்றன?''

''உண்மையில் ஏன் என்றால் நான் விழித்தபோது என் பை காலியாக இருப்பதை எண்ணி கொந்தளித்தேன். இரு கடலோடிகள் ஒரே படகில் இருக்கும்படியால், நாம் இருவரும் இதைப்பற்றி பேசலாம். சிறுவர்களாக இருந்த பொழுது படிப்பறிவிற்கு போதகர்களை சந்தித்தோம். இளவயதில் சந்தோஷங்களை பகிர்ந்து கொண்டோம். வளர்ந்த பிறகு நல்ல நண்பர்களாக இருக்கிறோம். நம் வகையில் திருப்தியாக இருக்கிறோம். நீண்ட நேரம் உழைத்து நம் இஷ்டப்படி செலவு செய்து நிம்மதியாக இருக்கிறோம். கடந்த வருடங்களில்

போதிய காசு சம்பாதித்திருக்கிறோம். ஆனால் செல்வாக்கினால் வரும் சந்தோஷத்தை அறிய கனவு காண வேண்டும். சே! நாம் என்ன அறிவில்லாத ஆடுகளா? உலகின் செல்வம் செழித்த நாட்டில் வசிக்கிறோம். செல்வாக்கில் இதற்கு வேறு இணையில்லை என்று பயணிகள் சொல்கிறார்கள். நம்மைச் சுற்றி செல்வம் இருந்தும், நம்மிடம் ஏதும் இல்லை. கடும் வேலை செய்து பாதி வாழ்வைக் கழித்த உன்னிடம் காசு இல்லை. என்னிடம் கேட்கிறாய் 'இன்று இரவு உயர்குடி மகனின் விருந்து முடியும் வரை எனக்கு இரண்டு காசுகள் கடனாக கொடு' என்று. பின், நான் என்ன பதில் சொல்வது? 'இந்தா, என்னுடைய பையை எடுத்துக்கொள், அதிலிருப்பதை சந்தோஷமாக பகிர்வேன்' என்று சொல்வதா? என்னுடைய பையும் உன்னுடைய பையைப்போல் காலியாக இருப்பதை நான் ஒப்புக்கொள்கிறேன். என்ன காரணம்? உணவுக்கும் உடைக்கும் இருக்கும் தேவைக்கு அப்பாற்பட்டு, ஏன் நம்மால் தங்கமும் வெள்ளியும் சேகரிக்க முடியவில்லை?

பன்ஸிர் தொடர்ந்து சொன்னான், ''நம் மகன்களைப் பற்றி யோசி. முன்னோடிகளாக நம்மை அவர்கள் தொடரவில்லையா? அவர்களின் குடும்பங்களும், அதற்கடுத்து வருபவர்களும் இந்த தங்கத்தின் நடுவில் இருந்து கொண்டும், நம்மைப்போல் புளித்த ஆட்டுப்பாலையும், கஞ்சியையும் உண்டு சந்தோஷமாக இருக்க வேண்டுமா?''

கோப்பீ குழப்பமடைந்தான். ''இத்தனை வருட நட்பில் இதுபோல் என்றும் நீ பேசியதில்லை பன்ஸிர்,'' என்றான்.

''இத்தனை வருடங்களாக நான் இதைப்பற்றி நினைத்தது கூட இல்லை. இரவு பகலாக ரதம் செய்யும் வேலையில் கடுமையாக உழைத்ததற்கு, ஒரு நாள் கடவுள் என் திறமையை உணர்ந்து சுபீட்சம் அளிப்பார் என்று இருந்தேன். ஆனால் அது நடக்கவில்லை. இனியும் நடக்காது என்று தெரிந்துவிட்டது. ஆதலால் என் இதயம் துயரத்தில் இருக்கிறது. நான் ஒரு வளமான வாழ்வு வாழ நினைத்தேன். நிலங்களும், மாடுகளும், நல்ல உடையும், பை நிறைய காசும் விரும்பினேன். நான் எதிர்ப்பார்த்த வெகுமதி கிடைக்குமானால், என்னுடைய திறமையை வைத்து, என்னிடம் பலம் உள்ளவறை, என் மனதின் எண்ணத்திற்கேற்ப, நான் கடுமையாக உழைக்கத்

தயார். நமக்கு என்னவாயிற்று? மறுபடியும் உன்னைக் கேட்கிறேன்! தங்கம் வாங்குபவர்களுக்கு இணையாக நமக்கு ஏன் அந்த நல்வாழ்வில் பங்கு இல்லாமல் போகிறது?''

''எனக்கும் விடை தெரியாது,'' என்றான் கோப்பீ. ''நானும் உன்னைவிட ஒன்றும் மகிழ்ச்சியாக இல்லை. என்னுடைய யாழ் இசைப்பதிலிருந்து வரும் வருமானம் விரைவில் போய்விடுகிறது. என் குடும்பம் பட்டினியாக இருப்பதைத் தவிர்க்க பல திட்டங்களை யோசிக்க வேண்டியிருக்கிறது. மேலும் என் மனதில் இருக்கும் இசையை இன்னும் மேலோங்கி இசைப்பதற்கு, இதைவிட பெரிய யாழை வாங்க என் மனம் ஏங்குகிறது. அதை வாசித்தால் அரசன் கூட இதுவரை கேட்காத இசையை நான் இசைக்கமுடியும்.''

''நீ கட்டாயம் அந்த மாதிரி ஒரு யாழை வைத்திருக்க வேண்டும். பாபிலோனில் எந்த மனிதனும் அவ்வளவு இனிமையாக இசைக்க முடியாது. அரசன் என்ன, ஆண்டவன் கூட மகிழ்ச்சியடைவான். ஆனால் நாம் இருவரும் ஏழ்மையான அடிமைகளாக இருக்கும் பொருட்டு, எப்படி அந்த வகையான யாழை வாங்க முடியும்? மணி சத்தம் கேட்கிறது பார்! இதோ வருகிறார்கள்.'' அரை உடையணிந்து, வியர்த்து, நதியிலிருந்து நீரைக்கொண்டு வர கஷ்டப்பட்டு வீதி மேல் ஏறி வருபவர்களை சுட்டிக்காட்டினான். ஐவர்களாக நீர் நிரம்பிய ஆட்டுப் பைகளை ஏந்தி முன்னேறினார்கள்.

''அவர்களை நடத்திச் செல்பவன் நல்ல உடல் வாகுடன் இருக்கிறான்.'' எல்லொருக்கும் முன்னே எடை தூக்காமல் சென்று கொண்டிருந்தவனை கோப்பீ காண்பித்தான். ''அவன் நகரத்தில் முக்கியமானவன் என்று நன்றாகத் தெரிகிறது.''

''நம்மைப்போல் நல்லவர்கள் அந்த வரிசையில் நிறைய பேர் இருக்கிறார்கள்,'' பன்ஸிர் ஆமோதித்தான். ''வடக்கிலிருந்து உயரமான தங்க நிற பளபளப்பு முடியுடன் மனிதர்கள், தெற்கிலிருந்து சிரிப்புடன் வரும் கருப்பர்கள், பக்கத்தில் இருக்கும் நகரங்களிலிருக்கும் சிறிய உரு உடைய பழுப்பு நிறத்தவர்கள். முன்னும் பின்னும், ஒவ்வொரு நாளும், ஒவ்வொரு வருடமும் தோட்டத்திற்கும் நதிக்கும் இடையே செல்பவர்கள். எதிர்பார்பதற்கு சந்தோஷமும் இல்லாமல். தூங்குவதற்கு வைக்கோல் படுக்கையும், குடிப்பதற்கு கஞ்சியும்

மட்டுமே - பாவப்பட்ட ஜன்மங்கள், கோப்பீ!''

''நானும் அவர்கள் மீது பரிதாபப்படுகிறேன். இருந்தும், நாம் அவர்களை விட எவ்வளவு சுதந்திரமாகவும் நல்லபடியாகவும் இருகிறோம் என்பதை நீ காட்டி விட்டாய்.''

''எவ்வளவு கசப்பாக இருந்தாலும் அதுதான் நிஜம் கோப்பீ. நாம் ஒவ்வொரு வருடமும் வேலை செய்துகொண்டே இருக்கும் அடிமையாக வாழ எனக்கு விரும்பவில்லை. வேலை, வேலை, வேலை! அது எங்கேயும் கொண்டு செல்லாது.''

''நாம் மற்றவரைப் போல் தங்கத்தை எப்படி தேடிப் பெறுவது என்பதை தெரிந்து கொள்ள முடியாதா?'' கோப்பீ கேட்டான்.

பன்ஸிர் யோசித்தவாறு சொன்னான் ''ஒருவேளை தகுந்தவர்களை கேட்டால் இதில் இருக்கும் இரகசியத்தை அறியலாம்.''

கோப்பீ முன்வைத்தான். ''இன்றுதான் நம் பழைய நண்பன் அர்கட்டை (Arkad) அவனுடைய தங்க ரதத்தில் வருவதைப் பார்த்தேன். ஆனால் இதை மட்டும் சொல்லுவேன். அவன் நிலையில் இருக்கும் மற்றவர்களைப்போல் இல்லாமல், என்னைப் பார்த்து, கையசைத்து, எல்லோரும் பார்க்கும்படி இந்த இசைக்கலைஞன் கோப்பீயை நட்புடன் வாழ்த்தினான்.''

''யாபிலோனில் அவன்தான் மிகப்பெரிய செல்வந்தன் என்று சொல்கிறார்கள்,'' பன்ஸிர் சிந்தித்தான்.

''எத்தனை செல்வந்தன் என்றால் அரசர் கூட கருவூலம் சம்பந்தப்பட்ட விஷயங்களில் அவன் உதவியை நாடுகிறாராம்,'' கோப்பீ பதிலளித்தான். பன்ஸிர் இடைமறித்து, ''மிகப்பெரிய செல்வந்தன். அவனை இரவில் எங்கேயாவது பார்த்தால், அவன் பணப்பையை பிடுங்கி விடுவேனோ என்று அச்சமாக இருக்கிறது.''

''முட்டாள்தனம்'' கோபித்தான் கோப்பீ. ''ஒரு மனிதனின் செல்வாக்கு அவன் பணப்பையில் இல்லை. மீண்டும் நிரப்ப பொருள் இல்லையென்றால், பணப்பை காலியாக இருக்கும். எவ்வளவுதான் தாராளமாக செலவு செய்தாலும், அர்கட்டின் வருவாய் எப்பொழுதும் அவன் பை நிரம்பியிருக்கும் நிலையில் இருக்கும்.''

''வருவாய் தான் முக்கியம்'' என்றான் பன்ஸிர். ''சுவர் மீது

உட்கார்ந்தாலோ, தூர நாடுகளுக்கு சென்றாலோ, என் பை நிரம்பியே இருக்க வேண்டும். எப்படி நிரந்தர வருவாயை பெறுவது என்று அர்கட்டிற்கு நிச்சயம் தெரிந்திருக்க வேண்டும். என்னுடைய நிதானமான மூளைக்கு அவன் தெளிவாகச் சொன்னால் புரியுமா?''

''அவனுடைய மகன் நோமஸிருக்கு (Nomasir) அவன் சொல்லித்தருகிறான் என்று நினைக்கிறேன்.'' கோப்பீ பதிலளித்தான். ''பெரும் செல்வந்தராகிய தன் தந்தையின் நிதி உதவி இல்லாமல், அவன் நினெவே என்ற ஊருக்கு சென்றான் என்று விடுதியில் சொன்னார்களில்லயா?''

''கோப்பீ, நீ ஒரு அதியசமான நினைவை எனக்கு அளித்திருக்கிறாய்.'' பன்ஸிரின் கண்கள் பிரகாசித்தன. ''அர்கட் போல் ஒரு நல்ல நண்பனிடம் ஆலோசனை கேட்பதற்கு காசு தேவையில்லை. கழுகின் கூடு ஒரு வருடத்திற்கு முன் காலியாக இருந்தது போல் நமது பையும் காலியாக இருப்பதில் பாதகமில்லை. அது நம்மை தடுக்க முடியாது. நிறைய தங்கம் இருக்கும் இடத்தில் ஒன்றும் இல்லாமல் இருப்பது நமக்கு அசதியாக இருக்கிறது. வா, நாம் அர்கட்டிடம் சென்று நமக்காக வருமானம் எப்படி சம்பாதிப்பது என்று கேட்கலாம்.''

உண்மையான உற்சாகத்துடன் பேசுகிறாய் பன்ஸிர். என் மனதிற்கு ஒரு புதிய அர்த்தத்தை உருவாக்கியுள்ளாய். இது நாள் வரை செல்வத்தை ஏன் நாம் அடையவில்லை என்பதை அறிய வைத்திருக்கிராய். நாம் அதை நாடவில்லை. பாபிலோனில் பலமான ரதங்களை நீ பொறுமையாக அமைத்திருக்கிறாய். உன்னுடைய முழு முயற்சி அதுவே. நீ வெற்றி அடைந்த மாதிரி, நானும் சிறந்த யாழ் வாசிப்பவனானேன். நானும் வெற்றியடைந்தேன்.

''நாம் எதில் முயற்சி செய்தோமோ, அதில் வெற்றி கண்டோம். ஆண்டவனும் நம்மை அப்படியே விட்டு விட்டான். இப்பொழுது எழும் சூரியனைப்போல் ஒரு ஒளியைப் பார்க்கிறோம். அது நம்மை வளர்ச்சி அடைவதற்கு வழி காண்பிக்கிறது. புதிய புரிதலுடன் நம் ஆசைகளை நிறைவேற்ற முயல்வோம்.''

பன்ஸிர் தூண்டினான், ''இன்றே அர்கட்டை சந்திப்போம். மேலும், நம்மைப்போல் இருக்கும் நமது சிறு வயது

நண்பர்களையும் சேர்த்துக்கொண்டு, அவர்களும் அவன் அறிவை பகிர்ந்து கொள்ள வைப்போம்.''

''நீ எப்பொழுதும் நண்பர்களின் நலனையே கருதுவாய் பன்ஸிர். ஆதலால்தான் உனக்கு நிறைய நண்பர்கள் இருக்கிறார்கள். நீ சொல்கிறபடியே செய்வோம். அவர்களையும் அழைத்துக் கொண்டு நாம் இன்றே செல்வோம்.''

பாபிலோனின் மிகப் பெரிய பணக்காரன்

பழைய பாபிலோனில் அர்கட் எனும் ஒரு பெரிய பணக்காரன் இருந்தான். எட்டு திக்கும் அவன் பொருள் வளம் பரவி இருந்தது. மேலும் அவனுடைய கருணை கொண்ட மனப்பான்மைக்காக புகழ்பெற்றிருந்தான். கொடை வள்ளலாக இருந்தான். குடும்பத்திடமும் பரிவாக இருந்தான். தன் செலவுகளிலும் தாராளமாக இருந்தான். இருந்தும் ஒவ்வொரு வருடமும் செலவையும் மீறி அவன் செல்வம் அதிகரித்துக் கொண்டே இருந்தது.

அவனுடைய சிறு வயது நண்பர்கள் அவனிடம் வந்து சொல்வார்கள், ''எங்களை விட நீ அதிக அதிர்ஷ்டம் செய்தவன். நாங்கள் வாழ்வதற்கு திண்டாடும்பொழுது, நீ பாபிலோனின் மிகப் பெரிய பணக்காரனாகிவிட்டாய். நல்ல உடை உடுத்தி, சுவையான உணவை உண்ணுகிறாய். நாங்களோ கிடைத்ததை வைத்து குடும்பத்திற்கு உடை எடுத்து, முடிந்த அளவு உணவு கொடுக்கிறோம்.

''இருந்தாலும், ஒரு காலத்தில் நாம் சமமாக இருந்தோம். ஒரே ஆசானிடம் படித்தோம். ஒரே விளையாட்டை விளையாடினோம். படிப்பிலோ

விளையாட்டிலோ நீ எங்களை விட உயர்ந்து விடவில்லை. அதற்கு பிறகு வந்த வருடங்களிலும் எங்களை விட மாண்புமிகு குடிமகனாக நீ இல்லை.

''எங்கள் மதிப்பீட்டில் எங்களை விட நீ கஷ்டப்பட்டு வேலை செய்யவோ, உண்மையாகவோ இல்லை. பின் ஏன் விதி உனக்கு எல்லா இன்பங்களும் கொடுத்து, தகுதியுள்ள எங்களை புறக்கணிக்கிறது?''

அர்கட் ஆட்சேபனை செய்து சொன்னான்: ''சிறு வயதிலிருந்தே நீங்கள் வெறுமையான வாழ்க்கையைத் தவிர வேறு எதுவும் அடையாததற்கு காரணம், நீங்கள் செல்வத்தை அடையும் சட்டங்களை அறியவில்லை. அல்லது, அவைகளை நீங்கள் கவனிக்கவில்லை.

''நிலையற்ற விதி,' எவருக்கும் நிலையான நன்மை செய்யாத ஒரு தீங்கிழைக்கும் பெண் தெய்வம். மாறாக, சுயமாக சம்பாதிக்காத செல்வத்தை ஒவ்வொருவனுக்கும் கொடுத்து அவனை அழிக்கிறாள். தேவையற்று செலவழிப்பவர்களை செலவு செய்ய வைத்து அவர்களுக்கு இன்னும் வேண்டும் என்ற நிலைக்கு தள்ளுகிறாள். இன்னும் சிலரை செல்வத்தை பதுக்கி வைத்து, செல்வாக்கை திரும்பிப் பெற முடியும் என்று தெரிந்தும், செலவு செய்ய பயப்பட வைக்கிறாள். மேலும் அவர்கள் திருடர்களை அஞ்சி தங்கள் வாழ்வை அவல நிலைக்கு கொண்டு செல்கிறார்கள்.

''ஏறக்குறைய சில பேர் அந்த செல்வத்தை இன்னும் கூட்டி திருப்தியடைகிறார்கள். அந்த வகையானவர்கள் சிலரே என்பதால் நான் அவர்களைப் பற்றிக் கேள்விதான் பட்டிருக்கிறேன். திடீர் பணக்காரர்கள் இப்படித்தான் இருப்பார்கள் என்று உங்களுக்கு தெரிந்தவர்களிருந்தே யூகிக்க முடியும்.''

இதுதான் நிஜம் என்று அவனுடைய நண்பர்களும் ஆமோதித்தார்கள். எப்படி மனிதர்கள் இவ்வளவு செல்வம் அடைந்தார்கள் என்று சொல்லும்படி அர்கட்டை கேட்டார்கள்.

''என் சிறு வயதில், சந்தோஷத்தையும் திருப்தியையும் கொடுப்பது எவை என்று சுற்றிப்பார்த்தேன். செல்வத்திற்குத்தான் இவற்றைப் பெற சக்தி இருக்கிறது என்று அறிந்தேன்.

''பொருள் வளம் ஒரு அதிகாரம். அதனால் எதையும் செய்ய முடியும்.

''வீட்டை விலையுயர்ந்த பொருட்களால் அலங்கரிக்க முடியும்.

''கப்பலில் அதிக தொலவு செல்ல முடியும்.

''பிற நாடுகளின் உணவுகளை சுவைக்க முடியும்.

''பொற்கொல்லர்களிடமிருந்தும், கல் மெழுகூட்டுபவர்களிடமிருந்தும் ஆபரணங்களை வாங்கலாம்.

''ஆண்டவனுக்கு மகத்தான ஆலயங்கள் கட்டலாம்.

''இதுவும் வேறு பலவும் நமக்கு ஆத்ம திருப்தியும் புலன்களுக்கு மகிழ்வும் கிடைக்கச் செய்யலாம்.

''ஆக, இதை எல்லாம் நான் அறிந்த பின், நானும் எனக்கூறியதை பெறுவதற்கு நிச்சயித்தேன். தொலைவில் நின்று மற்றவர்கள் சந்தோஷமாக இருப்பதை பார்ப்பவனாக இருக்க மாட்டேன். மரியாதை கொடுக்கும் மலிவான துணிகளை உடுத்துவதில் நிறைவு கொள்ளமாட்டேன். ஒரு ஏழை போல் இருக்க மாட்டேன். மாறாக, இந்த நல்ல பொருள்களை ஒரு விருந்தினர் போல் அனுபவிப்பேன்.

''உங்களுக்கு தெரிந்தபடி, ஒரு பணிவான வியாபாரியின் மகனான நான், பெரிய குடும்பத்தில் பிறந்து, உரிமை கொண்டாட சொத்து இல்லாமல், நீங்கள் சொன்னபடி அதிபுத்திசாலியாக இல்லாமல் இருந்தும் இவை எல்லாம் அடைய வேண்டும் என்று நிச்சயித்ததால், அதற்கு நேரமும் படிப்பும் அவசியம் என்று பட்டது.

''எல்லோரிடமும் நேரம் நிறையவே இருக்கிறது. நேரமிருந்தும் நீங்கள் ஒவ்வொருவரும் செல்வம் சேர்க்கத் தவறி விட்டீர்கள். இருந்தும் நீங்கள் பெருமைகொள்ள ஒரு நல்ல குடும்பம் தான் இருக்கிறது என்று ஒப்புக்கொள்வீர்கள்.

''படிப்பைப் பொருத்தவரை நமது ஆசான் நமக்கு சொல்லிகொடுக்க வில்லையா? கற்பது இரண்டு வகையானது: ஒன்று, நமக்கு தெரிந்ததை கற்பது. இன்னொன்று, நமக்கு தெரியாததை கற்பது.

''ஆகவே, செல்வத்தை எப்படி சேகரிப்பது என்பதை அறிய நிச்சயித்து, அதை அறிந்தபின் அந்த வேலையை நன்றாக செய்ய முற்பட்டேன். ஏனென்றால், சூரியனின் வெளிச்சத்தை

நாம் அனுபவிப்பதுதான் புத்திசாலித்தனம். நரகத்தில் நாம் சோகத்தைத்தான் காண்போம்.

''பதிவேட்டில் எழுத்தாளராக வேலையில் அமர்ந்தேன். வாரங்களும் மாதங்களும் உழைத்தும் என் பணப்பை நிரம்பவில்லை. துணிமணியும், உணவும், ஆண்டவனுக்கு படைப்பதும், இன்னும் சில செலவுகளும் என் சம்பாத்தியத்தை குறைத்தன. ஆனாலும் என் உறுதி என்னைவிட்டுச் செல்லவில்லை.

''ஒரு நாள், அல்கமிஷ் என்ற நிதியாளன் எங்கள் நகர முதல்வரின் வீட்டுக்கு ''நைந்த் லா'' என்ற பதிவேட்டை வாங்க வந்து, என்னிடம் சொன்னார், 'எனக்கு இது இரண்டு நாட்களில் வேண்டும். நேரத்தில் கொடுத்து விட்டால், நான் இரண்டு செப்புக் காசுகள் தருகிறேன்.'

''நான் மிகவும் சிரமப்பட்டும் நேரத்திற்குள் தயார் செய்ய முடியவில்லை. அல்கமிஷ் கோபப்பட்டார். அவரது அடிமையாக நான் இருந்திருந்தால், என்னை அடித்திருப்பார். ஆனால் என் முதல்வர் இத்தகைய துன்புறுத்தலை அனுமதிக்க மாட்டார் என்று அறிந்து, நான் அவரிடம், 'அல்கமிஷ், நீ ஒரு பெரிய செல்வந்தன். எப்படி செல்வந்தனாவது என்று நீ எனக்கு சொன்னால், நான் இரவு பகலாக உழைத்து உனக்கு வேண்டியதை தயார் செய்துவிடுகிறேன்,' என்று சொன்னேன்.

''என்னைப் பார்த்து சிரித்து, 'நீ முன்னேறத் தெரிந்த தொழிலாளி! ஆனால் நமக்குள் ஒரு பேரம் பேசிக் கொள்ளலாம்,' என்றான்.

''அன்று இரவு முழுதும் கண்கள் எரிவதையும் பொருட்படுத்தாமல் நான் உழைத்தேன். அதிகாலையில் அவன் திரும்பி வரும் பொழுது பதிவேடு தயாராக இருந்தது.

'''இப்பொழுது சொல், நீ என்ன வாக்குக் கொடுத்தாய் என்று,' என்றேன்.

'''உன் வாக்கை நீ காப்பாற்றி விட்டாய்,' என்று கருணையோடு சொன்னான். 'என்னுடைய வாக்கையும் நான் காப்பாற்றுவேன். எனக்கு வயதாவதால், அதுவும் வயதானவர்கள் அதிகம் பேசுவதால், உனக்கு தெரிய வேண்டியதை சொல்கிறேன். இளைஞர்கள் முதியவராகும் பொழுது, வயதானவர்களின் புத்திமதி தேவைப்படுகிறது.

ஆனால், பெரும்பாதியான இளைஞர்கள் அது தேவையற்றது என்று நினைக்கிறார்கள். ஒன்றை ஞாபகம் வைத்துக் கொள். இன்று ஒளிரும் சூரியன் தான் என் தந்தை பிறந்த பொழுதும், உன் பேரக்குழந்தைகள் பிறக்கும் பொழுதும் ஒளிர்ந்து கொண்டு இருக்கும்.

'''இளைஞர்களின் எண்ணங்கள் ஆகாயத்தை மிளிரவைக்கும் விண்கற்களைப் போல் பிரகாசமாக மின்னும். ஆனால் வயதின் ஞானம் நிலையான நக்ஷத்திரங்ளைப் போல், ஒளி மாறாமல், கப்பலோட்டிக்கு சரியான திசையைக் காட்டும்.

'''என் வார்த்தைகளை கவனமாகக் கேள். இல்லாவிட்டால் நான் சொல்லும் உண்மையை அறியாமல், நீ இரவு முழுதும் செய்த வேலை வீணாகி விட்டதாக எண்ணுவாய்.'

''பிறகு, தாழ்ந்த புருவங்களுடன் என்னை உற்று நோக்கி, மெல்லிய ஆனால் ஆற்றல்மிக்க குரலில் சொன்னான்: '***நான் சம்பாதித்தது யாவையும் என்னுடையது என்று நான் நிச்சயித்ததால்,*** செல்வத்தின் பாதையை நான் கண்டுபிடித்தேன். நீயாக இருந்தாலும் அப்படித்தான் செய்வாய்.'

''என்னைச் சுட்டெரிப்பது போல் கூர்மையான பார்வையால் பார்த்தான் ஆனால் நான் ஒன்றும் சொல்லவில்லை.

'''அவ்வளவுதானா?' என்று கேட்டேன்.

'''ஒரு ஆடு மேய்ப்பவனின் மனதை ஒரு வட்டிக்காரன் போல் மாற்றுவதற்கு இது போதுமானது,' என்று பதிலளித்தான்.

'''நான் சம்பாதிப்பவை ***எல்லாம்*** என்னுடையது, இல்லையா?' நான் வேண்டினேன்.

'''அதற்கும் அப்பாற்பட்டது,' என்றான். 'தையல்காரனுக்கும், சந்தனம் செய்பவனுக்கும், நீ சாப்பிடும் உணவுக்கும், நீ செலவழிக்க மாட்டாயா? பாபிலோனில் செலவழிக்காமல் இருக்க முடியுமா? சென்ற மாதம் உன் வருவாய் என்ன? சென்ற வருடம் உன் வருவாய் என்ன? முட்டாள்! உன்னைத்தவிர மற்றவர்களுக்குத் தான் நீ பணம் கொடுக்கிறாய். மூடனே! அடுத்தவர்களுக்காக நீ உழைக்கிறாய். உன் முதலாளி உணவும் உடையும் உனக்குக் கொடுத்து, அடிமையாக நடத்துவது போல் ஆகும். பத்தில் ஒரு பகுதியை நீ வைத்துக் கொண்டால், பத்து வருடங்களில் உன்னிடம் எவ்வளவு இருக்கும்?'

''என்னுடயை கணக்கு ஞானம் என்னை விட்டுக் கொடுக்க வில்லை. 'ஒரு வருடத்தின் சம்பாத்தியம் இருக்கும்,' என்றேன்.

'''நீ பாதி உண்மையைத்தான் கூறுகிறாய்,' என்றான். 'சேமிக்கும் ஒவ்வொரு தங்கக் காசும் உன் அடிமை. ஒவ்வொரு செப்புக் காசும் உன்னுடைய சேமிப்பின் ஒரு குழந்தை. நீ செல்வந்தன் ஆனால், நீ சேமிப்பது உனக்கு வருவாய் தர வேண்டும், சேமிப்பின் குழந்தைகளும் வருவாய் கொடுக்க வேண்டும், அப்பொழுது தான் அவை உனக்கு வேண்டும் வளம் கிடைக்க உதவும்.'

'''ஒரு இரவின் வேலைக்கு நான் உன்னை ஏமாற்றுகிறேன் என்று நினைக்கிறாயா?,' அவன் தொடர்ந்தான். 'நான் சொல்லும் உண்மையை அறிய உன்னால் முடியவில்லை என்றால், ஆயிரத்திற்கும் மேல் உனக்கு நான் காசு கொடுத்திருக்கிறேன் என்று புரியும்.

'''நீ சம்பாதிப்பதில் ஒரு பாதி உன்னுடையது. எவ்வளவு சிறிய வருமானமாக இருந்தாலும், உன் சேமிப்பு பத்தில் ஒரு பங்கு குறையக் கூடாது. முடிந்தால் அதை விட அதிகம் இருக்கலாம். முதலில் உனக்கு நீ பணம் செலுத்திக் கொள். உன் உணவுக்கும், உடைக்கும், ஆண்டவனுக்கும் தரும காரியங்களுக்கும் அப்பாற்பட்டு, தையற்காரனுக்கும், சந்தனம் செய்பவனுக்கும் அதிகமாக வியாபாரம் கொடுக்காதே.

'''செல்வம், ஒரு சிறு விதையிலிருந்து மரமாகிறது. நீ சேமிக்கும் முதல் செப்புக் காசு உன் செல்வத்தை வளர்க்கும் மரத்தின் விதையாகும். எவ்வளவு சீக்கிரம் விதையை நடுகிறாயோ, அவ்வளவு சீக்கிரம் மரம் வளரும். எவ்வளவு நம்பிக்கையாக உன் சேமிப்பு எனும் மரத்தை தண்ணீர் ஊற்றி, பராமரிக்கிறாயோ, அவ்வளவு துரிதமாக அந்த செல்வத்தின் நிழலில் நீ நிம்மதியாக இருக்கலாம்.'

''இவ்வாறு சொல்லி, அவன் பதிவேட்டை எடுத்துக் கொண்டு சென்று விட்டான்.

''அவன் சொன்னதை நினைவு கூர்ந்து யோசித்தேன். அது நியாயமாகப்பட்டது. அவ்வாறே முயற்சிப்பது என்று முடிவு செய்தேன். எனக்கு வரும் செப்புக் காசுகளில் பத்திலிருந்து ஒன்றை எடுத்து மறைத்து வைத்தேன். அதிசயமாக இருக்கலாம், ஆனால் எனக்கு முன்பு போல் பற்றாக்குறை இல்லை. மிகச்

சிறிய அளவு வித்தியாசமே தெரிந்தது. ஆனால் என் சேமிப்பு வளர வளர, பீனீஷியாவிலிருந்து கப்பல்களும், ஒட்டகங்களும் கொண்டு வரும் சரக்கு எனக்கு சபலத்தை உண்டாக்கியது. ஆனால் நான் அறிவுடன் அவைகளிலிருந்து விலகினேன்.

''பன்னிரண்டு மாதங்களுக்குப் பிறகு ஆல்கமிஷ் திரும்பி வந்து சொன்னான், 'மகனே, இந்த ஒரு வருடத்தில் பத்திலும் ஒரு பங்கு குறைவாக உனக்காக வைத்துக் கொண்டாயா?'

''ஆம் ஆசானே,' என்று பெருமையாக கூறினேன்.

'''நல்லது. அதை என்ன செய்திருக்கிறாய்?' என்று கேட்டான்.

'''அஸ்முர் எனும் செங்கல் செய்பவனிடம் கொடுத்து, அவன் பரவலாக பயணம் செய்யும் பொழுது, டைரிலிருந்து பினீஷியாவின் அரிய நவரத்தினங்களை வாங்கி வரச் சொல்லி இருக்கிறேன்.'

'''ஒவ்வொரு முட்டாளும் கற்க வேண்டும்,' என்று உருமினான். 'செங்கல்காரனுக்கு நவரத்தினங்களைப் பற்றி என்ன தெரியும்? நட்சத்திரங்களைப் பற்றித் தெரிய ரொட்டி செய்பனைக் கேட்பாயா? யோசிக்கும் திறன் இருந்தால் ஒரு சோதிடரிடம் செல்வாய். உன் செல்வங்களை இழந்து விட்டாய் இளைஞனே, உன் செல்வ மரத்தை வேரோடு பிடுங்கி விட்டாய். ஆனால், இன்னொரு மரம் நடு. மறுபடியும் முயற்சி செய். அடுத்த முறை, நவரத்தினங்களைப் பற்றி தெரிய வேண்டுமென்றால், நகை கடைக்காரனிடம் செல். ஆட்டைப் பற்றி தெரிய வேண்டுமென்றால், ஆடு மேய்பவனை கேள். அறிவுறை இலவசமாக கொடுக்கப்படும். எதை எடுத்துக் கொள்வது என்பதை கண்காணிக்க வேண்டும். சேமிப்பதைப் பற்றி அனுபவம் இல்லாதவனிடம் உபதேசம் கேட்டால், சேமிப்பை இழக்க வேண்டி வரும்' என்று சொல்லி சென்று விட்டான்.

''அவன் சொன்னது போலவே நடந்தது. அஸ்முருக்கு விலைமதிப்பில்லாத கண்ணாடி கற்களை அந்த அயோக்கியமான பினீஷியனங்கள் விற்று விட்டார்கள். அல்கமிஷ் கட்டளையிட்டது போல், நான் ஒவ்வொரு பத்தாவது செப்புக் காசையும் சேமித்தேன். இது பழக்கமாகி விட்டது ஆதலால் கடினமாக இல்லை.

''மறுமுறை பன்னிரெண்டு மாதங்களுக்குப் பிறகு அல்கமிஷ் வந்து, 'சென்ற முறை பார்த்ததிலிருந்து எவ்வளவு முன்னேறியிருக்கிறாய்?' என்று கேட்டான்.

'''எனக்கு உண்மையாக சேமித்துக் கொண்டிருக்கிறேன். அதை அக்கர் என்ற கவசம் செய்பவனிடம் வெண்கலம் வாங்கக் கொடுத்திருக்கிறேன். ஒவ்வொரு நான்காவது மாதமும் அவன் எனக்கு வட்டி கொடுக்கிறான்,' என்று சொன்னேன்.

'''நல்லது. அந்த வட்டிப் பணத்தை என்ன செய்கிறாய்?' என்று கேட்டான்.

'''தேனும், கேக்கும், மதுபானமும் விருந்தாக அனுபவிக்கிறேன். ஒரு சிவப்பு மேல் அங்கியும் வாங்கினேன். ஒரு நாள் நான் ஓட்ட ஒரு நல்ல இளமையான கழுதையையும் வாங்குவேன்,' என்றேன்.

''அல்கமிஷ் சிரித்தான். 'உன் சேமிப்பின் குழந்தைகளையே நீ உண்ணுகிறாய். இது எப்படி வேலை செய்யும்? அந்தக் குழந்தைகளின் குழந்தைகள் எங்கே இருப்பார்கள் உனக்கு வேலை செய்ய? முதலில் ஒரு அடிமைப் படையை உருவாக்கி, பிறகு வருத்தப்படாமல் விருந்தை 'மகிழ்ந்திரு,' என்று சொல்லிச் சென்று விட்டார்.

''இரண்டு வருடங்களுக்கு அவனை பார்க்கவில்லை. திரும்பி வந்த போது, கிழம் தட்டி, முகத்தில் கோடுகளுடன், கண்கள் தாழ்ந்து இருந்தான். 'அர்கட், நீ கனவு கண்ட செல்வத்தை அடைந்து விட்டாயா?' என்று கேட்டான்.

'''இன்னும் இல்லை, சிறிது இருக்கிறது. மேலும் பெருகிக் கொண்டிருக்கிறது,' என்றேன்.

'''இன்னும் செங்கல் செய்பவனின் அறிவுறையை கேட்கிறாயா?'

'''செங்கல் செய்வதற்கான அறிவுரைகளை மட்டும் தான் கேட்கிறேன்,' என்றேன்.

அர்கட் சொன்னார், ''உன் பாடங்களை நன்றாக கற்று விட்டாய். குறைவான வருமானத்தில் வாழ முதலில் கற்றுக் கொண்டாய். அடுத்து, அனுபவசாலிகளிடமிருந்து அறிவுறிகளை ஏற்றுக் கொண்டாய். முடிவாக, தங்கத்தை உனக்கு வேலை செய்ய தெரிந்து கொண்டாய்.

'''எப்படி செல்வம் சேர்ப்பது, எப்படி நிலைத்திருக்க

வைப்பது, எப்படி செலவழிப்பது என்பதை அறிந்து கொண்டாய். பொறுப்புள்ள வேலைக்கு நீ தகுதியானவனாகி விட்டாய். எனக்கு வயதாகிறது. என் மகன்கள் சேமிப்பதை விட செலவழிப்பதையே பெரிதாக நினைக்கிறார்கள். என் செல்வத்தை பாதுகாக்க மாட்டார்களோ என்று எனக்கு பயமாக இருக்கிறது. நீ நிப்பூருக்கு சென்று, என் நிலங்களை பார்த்துக் கொண்டால், என் உடைமைகளுக்கு உன்னை பங்குதாரராக்குகிறேன்.'

''ஆக, நான் நிப்பூருக்குச் சென்று, அளவுகடந்த உடைமைகளுக்கு பொறுப்பேற்றேன். நான் லட்சியமிக்கவனாக இருந்ததாலும், செல்வத்தை பராமரிக்க மூன்று சட்டங்களை அறிந்திருந்ததினாலும், அவனுடயை உடைமைகளை அதிகளவு பெறுமானம் அடைய வைக்க முடிந்தது. என் செல்வ கொழிப்பும் அதிகரித்தது. கடைசியில் அந்தக் கிழவன் இறந்த பொழுது, சட்டப்படி அவன் சொத்தில் எனக்குப் பங்கும் கிடைத்து.''

அர்கட் இவ்வாறு தன் கதையை முடித்த பிறகு, ஒரு நண்பன் கூறினான், ''அல்கமிஷ் உன்னை தன் வாரிசாக நியமித்ததற்கு நீ நிச்சயம் புண்ணியம் செய்திருக்கிறாய்.''

''எனக்கு அனுகூலம் எப்படி என்றால், அவனை சந்திப்பதற்கு முன்பே வளம் பெறுவதற்கு நான் ஆசைப் பட்டேன். நான்கு வருடங்கள் பத்தில் ஒரு பகுதியை சேமித்து, என் குறிக்கோளை நிலை நாட்டவில்லையா? பல வருடங்களாக மீன்களின் பழக்கவழக்கங்களைப் படித்த ஒரு மீனவன் அதன் மேல் வலை வீசும் போது அவன் அதிர்ஷ்ட சாலியானவனா? எதிர்ப்பார்காதவன் மேல் சந்தர்ப்பம் எனும் சுயநலமிக்க பெண் கடவுள் நேரத்தை வீணடிப்பதில்லை.''

இன்னொரு நண்பன் கூறினான்: ''முதல் வருட சேமிப்பை இழந்த பின்பும் உனக்கு மனோபலம் இருந்தது. அந்த விதத்தில் நீ அபூர்வமானவன்.''

''மனோபலமா!'' அர்கட் பதிலளித்தான். ''என்ன பைத்தியக்காரத்தனம். ஒரு ஒட்டகத்தின் பளுவையும், மாடு இழுக்கும் பாரத்தையும், ஒரு மனிதனின் மனோபலத்தின் வலிமை கொடுக்குமா? மனோபலம் என்பது நம் முன் இருக்கும் குறிக்கோளை முழுமையாக முடிப்பது. எவ்வளவு

கடுமையான இலக்கு என் முன் இருந்தாலும், அதை முடிக்காமல் இருக்க மாட்டேன். முக்கியமான காரியங்கள் செய்ய எனக்கு எப்படி நம்பிக்கை வரும்? 'நூறு நாட்கள் நடந்து பாலத்தை கடக்க வேண்டும், சாலையில் இருந்து ஒரு கல்லை ஆற்றுக்குள் வீசி ஏறிய வேண்டும்' என்று, எனக்கு நானே சொல்லிக்கொண்டால் கூட, செய்து முடிப்பேன். ஏழு நாட்களில் மறந்து போய் கூட இரண்டு கற்களை நாளை எறிவேன் என்று சொல்ல மாட்டேன். மாறாக, அவ்வழியே திரும்பிச் சென்று, அந்த கற்களை எறிவேன். இருபதாவது நாளிலும் நான் 'இது வேலையற்றது. ஒவ்வொரு நாளும் ஒரு கல்லை ஏன் எறிய வேண்டும். ஒரேயடியாக சில கற்களை எறியலாமே,' என்று சொல்லிக் கொள்ள மாட்டேன். எனக்கென்று ஒரு வேலையை அமைத்துக் கொண்டால், அதை முடிப்பேன். அதனால், மிகவும் கடினமான, சாத்தியமற்ற வேலைகளை எடுத்துக் கொள்ள மாட்டேன். ஏனென்றால் எனக்கு ஓய்வும் பிடிக்கும்.''

இன்னொரு நண்பன் கூறினான்: ''நீ சொல்வது நிஜமென்றால், இந்த எளிமையான முறையை எல்லா மனிதர்களும் கடைப்பிடித்தால், எல்லோருக்குமே செல்வம் இருக்குமே.''

''ஆற்றல் இருக்கும் இடத்தில் செல்வம் வளரும்,'' என்று பதிலளித்தான் அர்கட். ''தங்கத்தால் செல்வந்தன் மாளிகை கட்டினால், தங்கம் வீணாகி விடுமா? செங்கல்காரன், உழைப்பாளி, கலைஞன் யாவருக்கும் அதில் பங்கு உண்டு. மாளிகை கட்டி முடித்த பின், அந்த செலவுக்கு ஈடேது? அந்த மாளிகை நிற்கும் நிலத்துக்கும் மதிப்பு தானே? பக்கத்தில் இருக்கும் நிலத்துக்கும் விலை கூடும். செல்வம் தந்திரமாக செயல்படும். அதனுடைய எல்லையை யாராலும் கணிக்க முடியாது. பினீஷியன் மக்கள் தங்கள் கப்பல்களினால் வந்த வருமானத்தை வைத்து பாலைவனத்தை செழிப்பாக ஆக்கவில்லையா?''

''நாங்களும் செல்வந்தர்களாக மாற, நீ என்ன அறிவுரை எங்களுக்கு கொடுக்கிறாய்?'' என்று இன்னொரு நண்பன் கேட்டான். ''காலம் கடந்து விட்டது. நாங்கள் இளைஞர்கள் இல்லை இப்போது. எங்களிடம் சேமிக்கவும் எதுவும் இல்லை.''

''நான் அறிவுறுத்துவது என்னவென்றால், நீங்கள்

அல்கமிஷின் வழியை பின்பற்றுங்கள். ''*என்னுடைய வருமானத்தில் ஒரு பங்கு என்னுடையது*'' என்று காலையில் எழுந்தவுடன், மதியமும், இரவுமும் இதை உங்களுக்குள் சொல்லிக் கொள்ளுங்கள். ஒவ்வொரு மணிநேரமும் இதைச் சொல்லுங்கள். ஆகாயத்தில் வார்த்தைகள் நெருப்பைப் போல் எரியும் வரை உங்களுக்குள் சொல்லிக் கொண்டே இருங்கள்.

''இந்த கருத்தை மனதில் பதிய வையுங்கள். பிறகு என்ன பகுதி வேண்டுமோ அதை எடுத்துக் கொள்ளுங்கள். பத்தில் ஒன்றுக்கு குறைவாக இல்லாமல் தனியே எடுத்து வையுங்கள். மீத செலவகுகளையும் அதற்கேற்றார் போல் சரி செய்து கொள்ளுங்கள். ஆனால் முதலில் ஒரு பங்கை எடுத்து வைத்து விடுங்கள். சீக்கிரமே எனக்கே சொந்தமாக இவ்வளவு சேமிப்பு இருக்கின்றது என்று நினைத்து உங்களுக்கே வியப்பாக இருக்கும். வாழ்வில் ஒரு புது ஆனந்தம் கிளர்ச்சியூட்டும். இன்னும் சம்பாதிக்க அதிக ஆற்றல் வரும். அதிக வரவினால் வரும் சதவிகிதமும் உங்களுடையது தானே?

''பிறகு, இந்த புதையலை உங்களுக்கு வேலை செய்யும்படி, உங்கள் அடிமையாக ஆக்குங்கள். அதன் குழந்தைகளையும், அதன் பின் வரும் குழந்தைகளையும் உங்களுக்கு வேலை செய்யும்படி செய்யுங்கள்.

''வருங்காலத்திற்கு வருமானத்தை உறுதிபடுத்திக் கொள்ளுங்கள். நீங்களும் ஒரு நாள் முதியவர்களாகி விடுவீர்கள். ஆதலால், ஜாக்கிரதையாக இந்த புதையலை முதலீடு செய்யுங்கள். தகா வட்டி முறையில் வரும் வரவு ஏமாறுவதற்கு வழியாகும்.

''மரணம் எதிர்பாராமல் உன்னை தழுவுமேயானால், உன் குடும்பத்துக்கும் தகுந்த ஏற்பாடு செய்து, ஒழுங்கான வருமானம் வருவதற்கு சிறு பணம் வழங்கும் ஏற்பாட்டை அமைத்து விடு. முன்யோசனையுடன் செயல்படுபவன் பெரிய தொகை வரும் வரை காத்திருக்க மாட்டான்.

''அறிவுள்ளவர்களை, தினமும் பணத்தை கையாளு பவர்களின் ஆலோசனையை கேட்டுக் கொள். நான் செங்கல் செய்யும் அஸ்முரிடம் ஏமாந்த மாதிரி நீ தப்பு செய்து விடாதே. சிறிய லாபம் அபாயகரமானது அல்ல.

''இருக்கும்வறை வாழ்வை அனுபவி. பெறு முயற்சியோ

அதிகமாக சேமிப்பதற்கோ முனையாதே. பத்தில் ஒரு பங்கு உனக்கு நிம்மதியான வாழ்வை தந்தால், சந்தோஷப்படு. வரவுக்கு ஏற்றவாறு வாழ்ந்து, செலவு செய்வதற்குத் தயங்காதே. வாழ்க்கை வெகுமதியளிப்பதாகவும் நன்றாக இருப்பதாலும் அது அனுபவிக்கத்தக்கது.''

அவன் நண்பர்கள் அவனுக்கு நன்றி கூறி விட்டு சென்றார்கள். சிலர் கற்பனையின்மையாலும், புரியாததாலும் அமைதி காத்தனர். சிலர் அவன் தன் செல்வத்தை மற்றவர்களுடன் பதிர்ந்து கொள்ளாததற்கு வசைப் பாடினர். ஆனால் சிலர் கண்களில் புது ஒளி மின்னியது. அல்கமிஷ் ஒவ்வொரு முறை வரும் பொழுதும், இருட்டிலிருந்து வெளிச்சத்திற்கு வருபவனை பார்த்துக் கொண்டு இருந்தான். அந்த மனிதன் வெளிச்சத்தை கண்டவுடன், அவனுக்கு ஒரு இடம் கிடைத்து. சந்தர்ப்பத்திற்கு தயாராகும் வரை அந்த இடம் அவனுக்காகவே காத்திருந்தது.

இந்த நண்பர்கள்தான் வரும் காலங்களில் அர்கட்டை சந்தித்து அவன் வரவேற்பையும் ஏற்றார்கள். தன் அனுபவத்திலிருந்து இவர்களுக்கு நிறைய உபதேசங்கள் அளித்தான். அவர்களின் செல்வத்தை நம்பகரமான தொழிலில், நஷ்டம் ஏற்படாத வகையிலும், லாபப்பங்கு வருமாறும் நல்ல முறையில் முதலீடு செய்ய உதவி செய்தான்.

அல்கஷிடமிருந்து அர்கட்டுக்கும், அர்கட்டிடமிருந்து இவர்களும் உண்மையை எப்பொழுது தெரிந்து கொண்டார்களோ, அதுதான் அவர்கள் வாழ்க்கையின் திருப்புமுனை.

நீ சம்பாதிக்கும் ஒரு பகுதி உன்னுடையது.

காலியான பணப்பையை குணமாக்கும் ஏழு தீர்வுகள்

பாபிலோனின் புகழ் நீடித்து இருக்கிறது. பல யுகங்களாக செல்வமான நகரம் என்றும், நம்பத்தகாத புதையல் கொண்ட நகரம் என்றும் நற்பெயர் கொண்டது.

ஆனால் எப்பொழுதுமே இப்படி இருந்தது இல்லை. மக்களின் அறிவு தான் அதை செல்வம் கொழிக்கும் நகரமாக்கியது. எப்படி செல்வந்தர்களாக முடியும் என்பதை அவர்கள் முதலில் கற்க வேண்டி இருந்தது.

சர்கான் என்ற ஒரு நல்ல அரசன்; அவன் எதிரி எலமைட்ஸை வென்று பாபிலோனுக்கு திரும்பி வந்த பொழுது, ஒரு நெருக்கடியான நிலைமை அவனை எதிர்கொண்டது. அரசு தலைமை அதிகாரி இவ்வாறு எடுத்துரைத்தார்:

''உங்கள் ஆட்சியில் நீர் கால்வாய்கள், ஆண்டவனுக்கு கோவில்கள் என்று கட்டி இந்த நகரைச் செழிப்புறச் செய்தீர்கள். இவையெல்லாம் கட்டி முடிந்த பிறகு, மக்கள் ஆதாரம் இல்லாமல் இருக்கிறார்கள்.

''தொழிலாளிகளுக்கு வேலை இல்லை,

வியாபாரிகளுக்கு சில வாடிக்கையாளர்கள் தான் இருக்கிறார்கள், விவசாயிகள் தங்கள் உற்பத்தியை விற்க முடியவில்லை, மக்களிடம் உணவு வாங்க போதிய தங்கம் இல்லை.''

''இவ்வளவு முன்னேற்றத்துக்காக நாம் செலவு செய்த தங்கம் எங்கே?'' என்றார் அரசர்.

''சில செல்வந்தர்களின் பைக்குள் அவை சென்று விட்டன,'' என பதிலளித்தார் அதிகாரி. ''ஆட்டுப்பாலை வடிகட்டுவது போல் மக்களின் கைகளிலிருந்து அவை வடிந்துவிட்டது. இப்பொழுது, தங்க ஆறு ஓடாமல் இருப்பதால் மக்களிடம் சேமிப்பதற்கு எதுவும் இல்லை.''

அரசர் ஒரு நிமிடம் யோசித்தார். பிறகு, ''ஏன் ஒரு சிலர் மட்டும் தங்கத்தை வைத்திருக்கிறார்கள்'' என்றார்.

அதிகாரி சொன்னார், ''அவர்களுக்கு எப்படி வைத்திருப்பது என்பது தெரியும் ஆதலால். எல்லாம் தெரிந்து முன்னேறுபவனை பழிக்க முடியாது. இல்லாதவர்களுக்கு கஷ்டப்பட்டு சம்பாதித்தவனிடமிருந்து எடுத்துக் கொடுப்பது நீதியல்ல.''

''ஏன் எல்லோரும் தங்கத்தைச் சேர்க்க அறிந்த, செல்வந்தர்களாக இருக்கக் கூடாது?'' என்று கேட்டார் அரசர்.

''இது சாத்தியம் அரசே! ஆனால் யார் அவர்களுக்கு கற்றுக் கொடுப்பது? பூசாரிகளால் முடியாது ஏனென்றால் அவர்களுக்கு பணம் செய்வதைப் பற்றித் தெரியாது.''

''செல்வந்தராவது எப்படி என்று அறிய நம் நகரிலேயே மிகச் சிறந்தவன் யார்?'' என்றார் அரசர்.

''கேள்வியிலேயே பதில் இருக்கிறது அரசே! பாபிலோனில் யார் அதிகமாக செல்வம் வைத்திருக்கிறார்கள்?''

''நன்றாகச் சொன்னாய் அதிகாரி. அது அர்கட். அவன்தான் பாபிலோனின் மிகப் பெரிய செல்வந்தன். நாளை அவனை என்னிடம் கூட்டி வா.''

அடுத்த நாள், அரசர் சொன்னபடி, அர்கட் அரசர் முன் வந்தான். எழுபது வயதாக இருந்தாலும் நிமிர்ந்து செங்குத்தாக நின்றான்.

''அர்கட், நீதான் பாபிலோனின் மிகப் பெரிய பணக்காரனா?'' என்றார் அரசர்.

''அப்படித்தான் வாதாட முடியாத படி சொல்கிறார்கள், அரசே,'' என்றான் அர்கட்.

''எப்படி நீ செல்வந்தனானாய் ?''

''எல்லா குடிமக்களுக்கும் கிடைக்கும் வாய்ப்பை சாதகமாக எடுத்துக் கொண்டதால்.''

''உன்னிடம் ஆரம்பத்தில் எதுவும் இல்லையா?''

''செல்வம் திரட்டும் ஆசை ஒன்றுதான் இருந்தது. இதைத் தவிர வேறொன்றுமில்லை.''

''அர்கட், நமது நகரம் இப்பொழுது துன்பமான நிலையில் இருக்கிறது. ஏனென்றால், சிலர் செல்வத்தை தனக்கென்று வைத்திருக்கிறார்கள். குடிமக்கள், கிடைக்கும் தங்கத்தை எப்படி தக்க வைப்பது என்பதைப் பற்றிய அறியாமையில் இருக்கிறார்கள்.

''பாபிலோன் செல்வமான நகரமாக இருக்க வேண்டும் எனபது என் ஆசை. அப்படியானால் செல்வந்தர்களும் இருக்க வேண்டும். ஆதலால், நாம் எல்லோருக்கும் செல்வத்தை எப்படி அடைவதென்பதைப் பற்றி கற்றுக் கொடுக்க வேண்டும். சொல் அர்கட், இதற்கு ஏதாவது இரகசியம் இருக்கிறதா? அதைச் சொல்லிக் கொடுக்க முடியுமா?''

''நடைமுறையில் சாத்தியம் அரசே. ஒருவன் அறிந்ததை மற்றவனுக்கு கற்றுக் கொடுக்கலாம்.''

அரசரின் கண்கள் பளபளத்தன. ''அர்கட், நான் நினைத்ததை நீ சொல்லி விட்டாய். இந்த வேலைக்கு உன்னை அர்ப்பணிக்கிறாயா? ஆசிரியர்களுக்கு கற்றுக் கொடுத்து ஒவ்வொருவரும் பயிற்சி பெற்று, என்னுடைய எல்லையில் எல்லோரும் இந்த உண்மையை அறியும்படி செய்ய வேண்டும்.''

அர்கட் தலைவணங்கி கூறினான்: ''நான் உங்கள் பணிவான வேலைக்காரன். என் அரசருக்கும் என் தோழர்களுக்கும் நான் அறிந்ததை தெரியப்படுத்துவேன். உங்கள் அதிகாரியிடம் எனக்கு நூறு தோழர்களை கொடுக்கச் சொல்லுங்கள். பாபிலோனில் அறியாதவன் எவனும் இல்லாமல் நான் அவர்களுக்கு பணப்பையை செழிக்கவைக்கும் ஏழு தீர்வுகளை சொல்லிக் கொடுக்கிறேன்.''

இரண்டு வாரங்களுக்குப் பிறகு, அரசரின் ஆணைப்படி

தேர்ந்தெடுத்த நூறு பேர் கல்வியின் கோவிலில் வண்ணமிட்ட வளையங்களில் அரைவட்டமாக அமர்ந்தார்கள். அர்கட் ஒரு வாசம் தரும் புனித விளக்கின் பக்கத்தில் மேஜை மேல் உட்கார்ந்தான்.

அர்கட் எழுந்திருக்கும் பொழுது ஒரு மாணவன் மற்றவர்களை தட்டிவிட்டு, கிசுகிசுத்தான், ''அதோ பார், பாபிலோனின் மிகப் பெரிய பணக்காரனை. நம்மைப் போல் அவனும் ஒரு மனிதன் தான்.''

''அரசரின் கடமையுணர்ச்சியுள்ள குடிமகனாக நான் உங்கள் முன் நிற்கிறேன். ஏனென்றால், நான் ஒரு காலத்தில் செல்வத்தை விரும்பும் ஏழை இளஞனாக இருந்தேன். செல்வத்தை அடையும் ஞானத்தை நான் அறிந்ததால், உங்களுக்கும் அதைப் பற்றிச் சொல்ல அரசர் கேட்டுக் கொண்டிருக்கிறார்.

''செல்வத்தை அடைய அடக்கமான முறையில் தான் ஆரம்பித்தேன். எல்லா குடிமக்களையும் போல எனக்கு அனுகூலம் இல்லை.

''என் முதல் சேமிக்கும் இடம் ஒரு கிணறு போன்ற பை. அதன் பொருளற்ற நிலையை நான் வெறுத்தேன். உருண்டையாக காசுகளால் நிரம்பி, அவை ஒன்றோடொன்று மோதி ரீங்காரம் எழுப்பும்படி ஆசை கொண்டேன். ஆதலால், காலியான பையை நிரப்ப வழிகள் தேடினேன். ஏழு தீர்வுகள் கிடைத்தன.

''என் முன் இருப்பவர்களுக்கு அதிக செல்வத்தை அடைய விரும்புவர்களுக்கு, பரிந்துரைக்கிறேன். ஏழு நாட்களுக்கு அந்த ஏழு தீர்வுகளைப் பற்றி விளக்குகிறேன்.

''நான் சொல்வதை கவனமாக கேட்கவும். என்னுடன் தர்க்கம் செய்யுங்கள். உங்களுக்குள் விவாதியுங்கள். செல்வத்தின் விதையை உங்கள் பையில் நடுவதற்கு, இந்தப் பாடங்களை முழுமையாக கற்றுக் கொள்ளுங்கள். முதலில் புத்திசாலித்தனமாக உங்கள் சொத்தை சேகரிக்க முயலுங்கள். அதன் பிறகு தான் நீங்கள் மற்றவர்களுக்கு கற்றுக் கொடுக்க வல்லுனராவீர்கள்.

''நான் உங்களுக்கு எளிமையான வழியில் எப்படி பணப்பையை செழிக்க வைப்பது என்பதைப் பற்றிச்

சொல்கிறேன். இதுதான் செல்வத்தின் கோவிலுக்குச் செல்ல எடுக்கும் முதல் படி. முதல் படி நன்றாக பதியவில்லையென்றால், எந்த மனிதனாலும் மேலே அடுத்த படியை எடுத்து வைக்க முடியாது.

''இப்பொழுது, முதல் தீர்வைப் பார்ப்போம்.''

முதல் தீர்வு

பணப்பையை பெருக்க ஆரம்பி

இரண்டாவது வரியில் இருந்த மனிதனைப் பார்த்து அர்கட் கேட்டான், ''நண்பா, நீ எந்தத் துறையில் தேர்ச்சி பெற்றிருக்கிறாய்?''

''நான் எழுதுபவன். மண் வில்லையில் பதிவு செய்பவன்,'' என்றான்.

''இந்தக் கடினமான உழைப்பில் தான் முதல் செப்புக் காசை சம்பாதித்தேன். நீங்களும் இவ்வாறு செய்ய முடியும்,'' என்றான் அர்கட்.

சிவந்த முகத்துடைய ஒருவனிடம் அர்கட் கேட்டான்: ''நீங்கள் எப்படி உங்கள் உணவுக்கு வழி தேடுகிறீர்கள்?''

''நான் ஒரு கசாப்புக்காரன். விவசாயிடமிருந்து ஆடுகளை வாங்கி, மாமிசத்தை குடும்பத் தலைவிக்கும், தோலை சந்தனம் செய்பவர்களுக்கும் விற்பேன்,'' என்றான்.

''நீங்களும் கடுமையாக உழைப்பதால், உங்களுக்கும் என்னைப் போல் வெற்றி பெற எல்லாம் சாதகமாக உள்ளது,'' என்றான் அர்கட்.

இந்த வழியில் ஒவ்வொருவரையும் விசாரித்தான். கேள்விகள் கேட்ட பிறகு, அர்கட் சொன்னான்:

''பாருங்கள் மாணவர்களே, சம்பாதிக்க நிறைய துறைகள் இருக்கின்றன. ஒவ்வொரு துறையிலும் உழைத்து சம்பாதிக்கும் தங்கத்தை பணப்பையில் செலுத்துகிறீர்கள். ஆதலால், உங்கள் பையில் சிறிய அளவோ, பெரியதாகவோ காசுகள்

சேருகின்றன. இல்லையா?''

அவர்களும் ஆமோதித்தார்கள்.

''பிறகு, உங்களுக்கு சொத்து சேர்க்க வேண்டுமென்றால், இருக்கும் சொத்தை புத்திசாலியாக உபயோகப்படுத்த தெரிய வேண்டும்.''

இதற்கும் அவர்கள் ஆமோதித்தார்கள்.

பிறகு, அர்கட் முட்டை வியாபாரம் செய்யும் ஒரு பணிவான மனிதனை பார்த்தான். ''உன் கூடையில் தினமும் காலையில் பத்து முட்டைகள் வைத்து, இரவில் ஒன்பது முட்டைகளை வெளியே எடுத்தால், என்ன நடக்கும்?''

''சில காலத்தில் அது நிரம்பி வழியும்''

''ஏன்?''

''ஏனென்றால், வெளியே எடுப்பதை விட அதிகமாக ஒரு முட்டையை உள்ளே போடுகிறேன்.''

அர்கட் புன்முறுவலுடன், ''இங்கே யாராவது காலி பணப்பை வைத்திருக்கிறீர்களா?'' என்று கேட்டான்.

எல்லோரும் ஒரு கணம் வேடிக்கையாக பார்த்தார்கள். பிறகு சிரித்துவிட்டு, அவர்களிடம் இருந்த காலி பணப்பையை ஆட்டினார்கள்.

அர்கட் தொடர்ந்தான், ''சரி, இப்பொழுது உங்களுக்கு காலியாக இருக்கும் பையை மாற்ற முதல் தீர்வைச் சொல்கிறேன். முட்டை வியாபாரிக்கு சொன்னது போல் நீங்களும் செய்யுங்கள். பைக்குள் *பத்து காசு* போட்டிருக்கும் போது, ஒன்பது காசுகளை மட்டுமே செலவுக்கு எடுக்கவும். உடனே உன் பை கனமாகத் தொடங்கிவிடும், நீயும் சந்தோஷப்படுவாய்.''

நான் சொல்வதை ஏளனம் செய்யாதீர்கள். உண்மை எப்பொழுதும் சாதாரணமாகத் தான் இருக்கும். என் சொத்தை வளர்த்ததைப் பற்றி உங்களுக்கு சொல்லுவேன் என்றேன். ஆரம்பத்தில் நானும் காலியான பணப்பையை வைத்துக் கொண்டு, என் ஆசைகளை தீர்க்க முடியவில்லயே என்று திட்டிக் கொண்டிருந்தேன். ஆனால் ஒன்பது காசுகளை மட்டுமே வெளியே எடுத்த பொழுது, பணப்பை கனமாவதை உணர்ந்தேன். உங்ளுக்கும் அப்படியே நடக்கும்.

''இப்பொழுது காரணம் தெரியாத ஒரு அதிசயமான

உண்மையை சொல்கிறேன். பத்து காசுகளிலிருந்து ஒன்பதை நான் செலவழித்த பொழுது, எனக்கு குறை எதுவும் தெரியவில்லை. சீக்கிரம் இன்னும் சுலபமாக காசுகள் வந்தன. எலலாவற்றையும் செலவழிக்காமல் சிலவற்றை சேமித்து வைத்தால், இன்னும் தங்கம் வந்து சேரும். நிச்சயமாக இது ஆண்டவனின் சட்டமாகத் தான் இருக்கும். அதேபோல் காலியாக இருக்கும் பணப்பையை தங்கம் அணுகாது.

''தாங்கள் எதை அதிகமாக விரும்புகிறீர்கள்? சீக்கிரமாக மறந்து போகும் தினப்படி ஆசை நிறைவேறுவதையா? ஆபரணமா? ரகமான துணியா? அதிகமான உணவா? அல்லது, உடமைகளான நிலம், தங்கம், ஆடு மாடுகள், வணிக பொருட்கள், முதலீட்டிலிருந்து வரும் வருமானமா? பையிலிருந்து எடுக்கும் காசு முதலில் சொன்னதைக் கொடுக்கும். பின்னர் பையில் இருக்கும் காசு சொன்னதைக் கொடுக்கும்.

''இதுதான் என் மாணவர்களே நான் கண்டுபிடித்த முதல் தீர்வு. '*பத்து காசு போட்டு, ஒன்பதை எடு.*' உங்களிடையில் இதை வாதாடுங்கள். இது உண்மை இல்லை என்று யாராவது நிரூபித்தால், நாளை நாம் சந்திக்கும் பொழுது கூறுங்கள்.''

இரண்டாவது தீர்வு

செலவைக் கட்டுப்படுத்து

''உங்களில் சிலர் என்னைக் கேட்டீர்கள்: 'தினப்படி தேவைகளுக்கு பத்து காசுகளே போதாத நிலையில் எப்படி ஒரு காசை பையிலே வைப்பது?''' இரண்டாவது நாள் தன் மாணவர்களை சந்தித்துச் சொன்னான்.

''நேற்று, எத்தனை பேர் காலியான பையை வைத்திருந்தீர்கள்?''

''எல்லோரும்,'' என்றார்கள் அவர்கள்.

''இருந்தும், எல்லோரும் ஒரே மாதிரி சம்பாதிப்பதில்லை.

சிலர் அதிகம் சம்பாதிக்கிறார்கள். சிலருக்கு பெரிய குடும்பம் இருக்கின்றது. ஆனால், எல்லோருடைய பையும் காலியாக இருந்தது. இப்பொழுது உங்களுக்கு மனிதர்களைப் பற்றியும், அவர்களின் மகன்களைப் பற்றியும் ஒரு அதிசயமான உண்மையை சொல்லப் போகிறேன். இதுதான் அது; நாம் நினைக்கும் 'அவசியமான செலவு' என்பதை நாம் எதிர்க்கவில்லை என்றால், வருமானத்திற்கு நிகராக அமைந்து விடும்.

''அவசியமான செலவையும் உங்கள் ஆசையையும் ஒப்பிடாதீர்கள். உங்களுக்கும் உங்கள் குடும்பத்தாருக்கும் வருமானத்தை விட ஆசைகள் அதிகம். ஆகையால் தான் ஆசைக்கு ஏற்ப செல்வு செய்கிறீர்கள். இருந்தும் நிறைவேற்றப்படாத ஆசைகளும் உள்ளன.

''எல்லா மனிதனுக்கும் அத்தகைய ஆசைகள் உண்டு. எனக்கு செல்வம் இருப்பதால், என் எல்லா ஆசைகளையும் நான் நிறைவேற்ற முடிகிறது என்று நினைக்கிறீர்களா? அது ஒரு பொய்க் கருத்து. என் நேரம், பலம், செல்லும் பயணம், சாப்பிடும் உணவு, சந்தோஷம் எல்லாவற்றுக்கும் ஒரு எல்லை உண்டு.

''வேண்டாத காட்டுச் செடிகள் நிலத்தில் வளருவது போல், மனிதனின் தேவையற்ற ஆசைகளும் வளரும். ஆசைகள் அதிகம் இருக்கலாம் ஆனால் எல்லா ஆசைகளையும் நிறைவு செய்ய முடியாது.

''உங்கள் தினப்படி வாழ்க்கையைப் பற்றி யோசியுங்கள். தேவையில்லாத செலவுகள் இருக்கலாம். ஒவ்வொரு காசுக்கும் மதிப்பு இருக்கும்படி உங்கள் குறிக்கோள் இருக்க வேண்டும்.

''ஆகையால், மண் வில்லையில் நீங்கள் செலவு செய்யப் போவதை எழுதிக் கொள்ளுங்கள். அதிலிருந்து உங்கள் தேவையான செலவை நிர்ணயித்து, நிறைவேற்றப் படமுடியாத ஆசைகளை அடித்து விடுங்கள்.

''வரவு செலவு திட்டம் ஒன்று போடுங்கள். பையில் இருக்கும் அந்த ஒரு காசை தொடாதீர்கள். இது உங்கள் தீவிர ஆசையாக இருக்க வேண்டும். திட்டத்தை முன்னும் பின்னும் திருத்திக் கொள்ளுங்கள். சேமிக்கும் காசுக்கு இத்திட்டத்தை உங்கள் உதவியாளராக வைத்துக் கொள்ளுங்கள்.''

சிவப்பும் தங்கமும் கலந்த அங்கி அணிந்திருந்த ஒரு மாணவன் எழுந்து சொன்னான், ''நான் ஒரு சுதந்திர மனிதன். வாழ்க்கையின் சந்தோஷங்களை அனுபவிக்க எனக்கு அதிகாரம் உண்டு. ஆகையால் நான் என்ன செலவழிக்க வேண்டும் என்று சொல்லும் திட்டம் எனும் அடிமையை நான் எதிர்க்க வேண்டாமா? அது என் வாழ்க்கையிலிருந்து சந்தோஷத்தை விலக்கி என்னை ஒரு பளு சுமக்கும் கழுதையைப் போல் ஆக்கிவிடுமே.''

அவனுக்கு அர்கட் பதிலளித்தான், ''உன் திட்டத்தை யார் முடிவு செய்வார்கள்?''

''நானேதான் முடிவு செய்வேன்,'' என்று எதிர்த்தவன் சொன்னான்

''அப்படியானால் ஒரு பளு சுமக்கும் கழுதை ஆபரணமும், கம்பளமும், தங்கமும், ஏற்றுமா? இல்லை, பாலைவனத்தில் செல்ல தேவையான உணவும், குடிக்க தண்ணீரும் தான் ஏற்றும்.

''இந்த திட்டத்தின் நோக்கம் உன் பணப் பையை நிரப்புவதுதான். உன் தேவைக்கேற்ப செலவுகளையும் ஆசைகளையும் பூர்த்தி செய்து, அநாவசிய செலவுகளையும் ஆசைகளையும் தவிர்க்க உதவும். ஒரு குகையில் பிரகாசமாக விளக்கு எரிவது போல் உன் பணப்பையிலிருக்கும் ஓட்டைகளை காண்பித்து, திட்டமாக செலவு செய்ய வழிவகுக்கும்.

''இது தான் இரண்டாவது தீர்வு. ***வரவு செலவு பட்டியலை வரையறுக்கும்போது உங்கள் செலவுகளை கட்டுப்படுத்தினால் உங்களின் பத்தில் ஒன்பது பங்கு பணத்துக்குள்ளேயே உங்கள் அத்தியாவசிய தேவைகள் மற்றும் சந்தோஷங்கள் மற்றும் தரமான ஆசைகளை பூர்த்தி செய்து கொள்ளலாம்.***''

மூன்றாவது தீர்வு

செல்வத்தைப் பெருக்கு

''பாருங்கள், உங்கள் காலியான பை இப்பொழுது கொழுக்கிறது. பத்துக்கு ஒன்றை சேமிக்கும் ஒழுங்கு முறையை நீங்கள் தெரிந்து கொண்டீர்கள். உங்கள் செலவுகளை கட்டுப்படுத்தி விட்டீர்கள். இப்பொழுது, சேமித்த சொத்தை எப்படி பெருக்கி உங்களுக்கு வேலை செய்ய வைக்க வேண்டும் என்பதைப்பற்றிப் பேசுவோம். தங்கம் வைத்திருப்பது ஆன்மாவிற்கு சந்தோஷம் கொடுக்கும் ஆனால் அது பெருகாது. வருமானத்திலிருந்து சேமித்து வைப்பது ஒரு தொடக்கம். அது கொடுக்கும் லாபம் தான் நம் சொத்தைப் பெருக்கும்.'' இவ்வாறு அர்கட் மூன்றாவது நாளில் சொன்னான்.

''எப்படி தங்கத்தை வேலை செய்ய வைப்பது? என் முதல் முதலீடு பண இழப்பில் முடிந்தது. அந்த கதையை பிறகு கூறுகிறேன். என் முதல் லாபகரமான முதலீடு அக்கர் எனும் கவசம் செய்பவனுக்கு கடன் கொடுத்தது தான். ஒவ்வொரு வருடமும் அவன் கப்பல் வழியாக வெங்கலம் கொண்டு வந்து அவன் வியாபாரத்திற்கு உபயோகித்தான். வணிகர்களுக்கு முதல் கொடுக்க பணமில்லாததால், கூடதலாக வைத்திருப்பவர்களிடமிருந்து கடன் வாங்கினான். அவன் ஒரு மாண்புமிகு மனிதன். கவசங்களை விற்றவுடன் கடனை வட்டியுடன் சேர்த்து அவர்களுக்கு திருப்பிக் கொடுத்தான்.

''ஒவ்வொரு தரம் அவனுக்கு நான் கடன் கொடுக்கும் பொழுதும், அவன் வட்டி கொடுத்ததையும் சேர்த்து அவனுக்கு கடனாக திருப்பிக் கொடுத்தேன். இதனால் என் முதலும் அதிகரித்தது, சொத்தும் பெருகியது. இந்த காசுகள் என் பணப்பைக்கு திரும்பி வந்தது தான் மிகவும் நிறைவு தந்தது.

''நான் சொல்கிறேன் மாணவர்களே, ஒரு மனிதனின் செல்வம் அவன் பையில் இருக்கும் காசினால் அல்ல. அதைப் பெருக்கி, எப்பொழுதும் அவன் பையில் அதை விழ வைப்பது

தான். இதற்கு தான் ஒவ்வொருவரும் ஆசைப்படுகிறார்கள்; பயணத்திலோ வேலையிலோ நிரந்தரமாக செல்வம் வந்து கொண்டே இருப்பதுதான் உங்கள் ஆசை.

''நான் அதிக வருமானம் சேர்த்திருக்கிறேன், என்னை மிகப் பெரிய பணக்காரன் என்று சொல்வதற்கு. அக்கருக்கு கொடுத்த கடன் தான் என் முதல் லாபகரமான முதலீட்டின் பயிற்சி. அனுபவத்தால் பெற்ற ஞானத்தை வைத்து கடனையும் முதலீட்டையும் விரிவு செய்தேன். முதலில் சில ஆதாரங்களிலிருந்தும், பிறகு பலவற்றிலிருந்தும் நான் அறிவுசார்ந்த முடிவுகளை எடுக்கும் போது என் பணப்பையில் காசுகள் குவிந்தன.

''பாருங்கள், என் பணிவான வருவாயிலிருந்து, அதிக தங்கத்தை அடிமையாக வாங்கி, அதை மீண்டும் தங்கம் சேர்ப்பதற்கே உதவ வைத்தேன். எனக்கு வேலை செய்து, அவற்றின் வாரிசுகளும், முதல் தங்கத்தின் முயற்சிக்கு ஈடாக சொத்து சேர்த்தார்கள்.

''பின்வருமாறு சொல்லியிருப்பது போல், தங்கம் ஒருவரது வருவாய்க்கேற்ப அதிகமாகும். ஒரு விவசாயி தன் முதல் மகன் பிறந்த பொழுது, பத்து வெள்ளிக் காசுகளை வட்டிக்காரனிடம் கொடுத்து தன் மகன் இருபது வயது வரும் வறை அதை வைத்துக் கொள்ளச் சொன்னான். வட்டிக்காரனும் அதை வைத்துக் கொண்டு, நான்கு வருடத்தில் அதன் வட்டி முதல் போட்டதில் இருந்து கால்வாசி பெருகும் என்று ஆமோதித்தான். அவன் மகனுக்கென்று முதல் மற்றும் வட்டியையும் சேர்த்து வைத்திருக்கும்படி விவசாயி கேட்டுக் கொண்டான்.

''மகன் இருபது வயதை அடைந்தவுடன், விவசாயி வட்டிக்காரனிடம் சென்று வெள்ளியைப் பற்றிக் கேட்டான். அவனும் முதல் போட்டதில் இருந்த பத்து வெள்ளியுடன் கூட்டு வட்டியும் சேர்ந்ததால், இப்பொழுது முப்பத்தி ஒன்றரையாக உயர்ந்திருக்கிறது, என்றான்.

''விவசாயியும் மகிழ்ந்து, தன் மகனுக்கு தற்சமயம் தேவையில்லை என்பதால், வட்டிகாரனையே வைத்துக் கொள்ளச் சொன்னான். மகன் ஐம்பது வயதை அடைந்தபோது, அந்த விவசாயி உயிருடன் இல்லை. வட்டிக்காரன் அந்த

மகனுக்கு 167 வெள்ளிகளை திருப்பிக் கொடுத்தான்.

''ஆக, ஐம்பது வருடத்தில் முதலும் வட்டியும் கிட்டத்தட்ட பதினேழு மடங்கு உயர்ந்தது.

''இதுதான் மூன்றாம் தீர்வு: **ஒவ்வொரு காசையும் மறுபடி உழைப்புக்கு செலவிட்டு, ஒவ்வொரு காசும் பெருகி, பணப்பெருக்கம் அதிகமாகி, பணப்பையில் நிலையான செல்வம் சேர்ந்து கொண்டே வர வழிவகுக்கும்.''**

நான்காவது தீர்வு

செல்வத்தை அழிவிலிருந்து காப்பாற்று

''துர்பாக்கியம் பளபளப்பை நாடும். பையிலிருக்கும் தங்கத்தை தொலைந்து போகாமல் இருக்க கெட்டியாக பாதுகாக்க வேண்டும். ஆண்டவன் பெருந்தொகை கொடுக்கும் முன், சிறு தொகையை முதலில் பாதுகாக்கத் தெரிய வேண்டும்,'' என்று அர்கட் நான்காவது நாள் கூறினான்.

''தங்கத்தின் சொந்தக்காரனை நிறைய பணம் சம்பாதிப்பதற்கு சந்தர்ப்பங்கள் சபலம் காட்டும். சமயங்களில் உறவினர்களும் நண்பர்களும் கூட முதலீடு செய்ய, அவனைத் தூண்டுவார்கள்.

''முதலீட்டின் முதல் கோட்பாடு அசலின் பாதுகாப்பு. அதிக வரவை எதிர்ப்பார்த்து அசலையே இழந்துவிடுவதா? இல்லை. இடரின் அபராதம் இழப்பு. சொத்தை இழப்பதற்கு முன் நிதானமாக படித்து திரும்பி வருவதை நிலைபடுத்திக் கொள்ளவேண்டும். சீக்கிரமாக பணம் பண்ணும் ஆசைக்கு இடம் கொடுக்காதீர்கள்.

''கடன் கொடுப்பதற்கு முன்னால் அவனால் திருப்பிக் கொடுக்க இயலுமா என்று தெரிந்து கொள்ளுங்கள். இல்லாவிடில் உங்கள் சொத்தை இழந்து விடுவீர்கள்.

''முதலீடு செய்வதற்கு முன்பு அதில் இருக்கும் அபாயங்களை அறிந்து கொள்ளுங்கள்.

''என் முதல் முதலீடு சோகத்தில் முடிந்தது. கடல் தாண்டிச் செல்லும் அஸ்முர் என்ற செங்கல் செய்பவனிடம் என் சேமிப்பை கொடுத்தேன். டயரிலிருந்து பினீஷியன் நவரத்தினங்களை வாங்கி வருவதாக சொன்னான். அதை விற்று லாபத்தை பகிர்ந்து கொள்ளுவதாக இருந்தோம். போக்கிரியான பினீஷயர்கள் வெறும் கண்ணாடிகளை அவனுக்கு விற்றார்கள். என் புதையல் பறிபோனது. ஒரு செங்கல் செய்பவனிடம் ஆபரணம் வாங்கச் சொன்னது என் பைத்தியக்காரத்தனம் என்று இன்று தெரிகிறது.

''ஆதலால், என் அனுபவத்தால் உங்களுக்கு ஆலோசனை தருகிறேன். அதிக தன்னம்பிக்கையோடு இல்லாமல் இருங்கள். யோசிக்காமல் முதலீடு என்னும் படுகுழியில் புதையலை விழ விடாதீர்கள். லாபத்தை அடைந்தவர்களிடம் ஆலோசனை கேளுங்கள். ஆலோசனை இலவசமாக கொடுப்பார்கள். அதன் மதிப்பு நீங்கள் முதலீடு செய்யப்போகும் தொகையைவிட அதிகம். உண்மையாக அது உங்களை சேதத்திலிருந்து காப்பாற்றும்.

''இதுதான் நான்காவது தீர்வு. இது முக்கியமானது ஏனென்றால் நிறைந்த பணப்பையை காலியாக்காமல் பாதுகாக்கும். ***சொத்தை அழியாமல் பாதுகாத்து, அசலும் வட்டியும் திரும்பி வரும் இடத்தில் செலுத்துங்கள். அறிவுள்ளவர்களின் ஆலோசனையை எடுத்துக் கொள்ளுங்கள். தங்கத்தை கையாளுபவர்களிடம் ஆலோசனை கேளுங்கள். அவர்களின் ஆலோசனை உங்கள் சொத்தை பாதுகாக்கும்.''***

ஐந்தாம் தீர்வு

இருப்பிடத்தை முதலீட்டாக்குங்கள்

''சேமிப்பில் ஒன்பது பகுதியை வாழ்வை ஆனந்தமாக்க தனியே வைத்து, இந்த ஒன்பது பகுதியிலிருந்து முதலீடு செய்ய முடிந்தால், அவன் சொத்து அதிகமாக வளரும்.''

இவ்வாறு அர்கட் ஐந்தாம் தினத்தை ஆரம்பித்தான்.

''பாபிலோனில் பெரும்பாலோர் இனிய தோற்றமில்லாத வீடுகளில் இருக்கிறார்கள். குடும்பத்தலைவிக்கு அழகான செடிகள் வளர்க்க இடம் இல்லாமல், குழந்தைகள் விளையாட அழுக்கான சாலைகளைத் தவிர வேறு இடம் இல்லாமல், வீட்டுச் சொந்தக்காரருக்கு தாராளமாக வாடகை கொடுக்கிறார்கள்.

''எந்த குடும்பமும் குழந்தைகள் விளையாட சுத்தமான நிலமும், குடும்பத்தலைவி செடிகளும் மூலிகைகளும் வளர்க்க பரந்த பூமியும் இல்லையென்றால் சந்தோஷமாக வாழ்க்கையை அனுபவிக்க முடியாது.

''தன் தோட்டத்திலிருந்து வரும் அத்திப்பழத்தை, உண்டால் திராட்சை மதுபானம் அருந்தினால், மனிதன் மகிழ்ச்சியாகிறான். தனக்கென்று ஒரு வீடு இருந்தால், அவனுக்கு அது பெருமையாகவும், தன்னம்பிக்கை தருவதாகவும் இருக்கும். ஆதலால், ஒவ்வொருவரும் தனக்காக ஒரு இருப்பிடத்தை வைத்துக் கொள்ள வேண்டும்.

''வீடு வாங்குவது எந்த ஒரு மனிதனின் எண்ணத்திற்கும் அப்பாற்பட்டதல்ல. பாபிலோன் அரசர் நமக்காக நிறைய காலி நிலங்களை குறைந்த விலைக்கு வாங்க வசதி செய்திருக்கிறார்.

''தவிர, மாணவர்களே, கடன் கொடுப்பவனும் உங்கள் ஆசைக்கு இடம் கொடுப்பான். செங்கல்காரனுக்கும் வீடு கட்டுபவனுக்கும் கடன் வாங்கியும், இதற்கென்று எடுத்து வைத்த பணத்திலிருந்தும் கொடுக்கலாம்.

''வீடு கட்டி முடித்த பிறகு நீ வாடகையை வீட்டுச் சொந்தக்காரனுக்கு கொடுத்ததைப் போல், கடன் கொடுத்தவனுக்கு படிப்படியாக திருப்பித் தரலாம். ஒவ்வொரு முறையும் திருப்பி செலுத்தும்போது, வாங்கிய அசலும் குறைந்து, சில வருடங்களில் கடனை முடித்து விடலாம்.

''பிறகு அரசின் வரியைத் தவிர வேறு செலவில்லாமல், உனக்கு விலைமதிப்புள்ள இருப்பிடம் கிடைக்கும்.

''உன் மனைவியும் உன் அங்கியைத் துவைக்க நதிக்கரை சென்று, திரும்பி வரும் பொழுது, ஆட்டுத்தோல் பையில் தண்ணீர் நிரப்பி, வளரும் செடிகளுக்கு நீர் பாய்ச்சுவாள்.

''ஆக, சொந்த இருப்பிடம் வைத்திருக்கும் மனிதன் அதிக

பாக்கியம் செய்தவன். அவனுடைய தினப்படி செலவும் குறைந்து, ஆசைகளை பூர்த்தி செய்ய இருப்பிடம் வழி வகுக்கும். இதுதான் ஐந்தாம் தீர்வு: *சொந்த வீடு வைத்துகொள்.*''

ஆறாவது தீர்வு

வருங்கால வருமானத்திற்கு காப்புரிமை செய்.

''ஒவ்வொரு மனிதனின் வாழ்க்கையும் குழந்தைப் பருவத்திலிருந்து முதுமை வரை செல்கிறது. ஆண்டவன் ஒருவனை அவன் காலத்திற்கு முன் கூப்பிட்டாலொழிய, இதுதான் வாழ்க்கையின் மரபு. *ஆதலால், மனிதன் அவனுடைய வருங்காலத்திற்கு வருமானத்தை தயார் செய்து கொள்ள வேண்டும். அவன் மறைந்தபின் அவன் குடும்பத்திற்கும் ஆறுதலாக இருக்கும் நிலையை ஏற்படுத்த வேண்டும்.* இந்தப் படிப்பு நீ சம்பாதிக்க இயலாத நிலையில் பணப்பை நிரம்பி இருக்க உதவும்.'' அர்கட் ஆறாவது நாளன்று இவ்வாறு தொடர்ந்தான்.

''செல்வத்தின் சட்டங்களை புரிந்தவன் தன் சொத்தை அதிகரித்து, வருங்காலத்திற்கும் ஏற்றவாறு யோசிப்பான். முதலீடுகளை சரியாக திட்டமிட்டு, அவசர உதவிக்கும் நிதி கிடைக்குமாறு செய்ய வேண்டும்.

''வருங்காலத்திற்கு சொத்தை பாதுகாக்க பல்வேறு வழிகள் உண்டு. மறைவான இடத்தில் அதை புதைத்து வைக்கலாம். எப்படி மறைத்தாலும், திருடர்களிடம் சிக்கி விடும். அதனால் இந்த வழியை நான் அறிவுறுத்த மாட்டேன்.

''ஒரு மனிதன் இருப்பிடமோ நிலமோ வாங்கலாம். இவை மதிப்பு சார்ந்ததாக இருக்க வேண்டும். பிற்காலத்தில் இவற்றின் மதிப்பு கூடும் படி இருக்க வேண்டும்.

''ஒருவன் வட்டிக்காரனுக்கு கடன் கொடுத்து படிப்படியாக அதை உயர்த்தலாம். அவன் கொடுக்கும் வட்டியோடு முதலும் அதிகரிக்கும். எனக்கு தெரிந்த அஸ்கன் என்ற

சந்தனம் செய்பவன் ஒவ்வொரு வாரமும் இரண்டு வெள்ளிக் காசுகளை எட்டு வருடங்களுக்கு வட்டிக்காரனிடம் கொடுத்தேன் என்றான். வட்டிக்காரன் அந்த கணக்கை கொடுக்கும் பொழுது, அஸ்கன் மிகவும் மகிழ்ச்சி அடைந்தான். இவன் கொடுத்த வைப்புத்தொகை வட்டியுடன் சேர்த்து ஒரு வருடத்தில் கால்பங்கு அதிகமாகி 140 வெள்ளிக்காசுகளாக திரும்பி வந்தன.

''நான் அவனை உற்சாகப்படுத்தி இன்னும் பன்னிரண்டு வருடத்தில் ஒவ்வொரு வாரமும் இரண்டு வெள்ளிக் காசுகள் தனியே வைத்தால், 4000 காசுகள் அவன் வாழ்நாளுக்கு இணையாக இருக்கும் என்றேன்.

''இவ்வளவு சிறிய தொகைக்கே முறையாக செலுத்தினால் அதிக லாபம் கிடைக்குமென்றால், ***எவ்வளவு தான் அவன் முதலீடுகளும் தொழிலும் செழுமையாக இருந்தாலும், எந்த மனிதனும் தன் சொத்தை வருங்காலத்திற்கு பாதுகாக்காமல் இருக்க மாட்டான்.***

''இன்னும் இதைப்பற்றி அதிகம் சொல்லலாம். எல்லா புத்திசாலிகளும் சிறு தொகையாக தங்கள் இறப்பிற்கும் காப்பீடு செய்தால், ஒவ்வொரு குடும்ப நபருக்கும் கணிசமான தொகை கிடைக்கும். இதை நான் மிகுதியாக பரிந்துரைக்கிறேன். ஆனால் இக்காலத்தில் இது சாத்தியப்படாது ஏனென்றால் ஒரு மனிதனின் வாழ்க்கைக்கு அப்பாற்பட்டது. அரசனின் சிம்மாசனம் போல் நிலையாக இருக்க வேண்டும். இந்த திட்டம் ஒரு நாள் நடந்தால், எல்லா மனிதர்களுக்கும் வரப்பிராசாதமாக அமையும்.

''நாம் வருங்காலத்தில் இல்லாமல், இந்த நேரத்திற்காக வாழ்வதால் அதற்கான குறிக்கோளை நிலைப்படுத்திக்கொள்ள வேண்டும். அதனால் எல்லா மனிதர்களையும் இந்த திட்டத்தை பயன்படுத்திக் கொண்டு வருங்காலத்தில் காலியான பணப்பை இல்லாத ஒரு நிலையை உருவாக்கிக் கொள்ளுமாறு பரிந்துரைக்கிறேன். ஒருவன் மறைந்த பிறகு காலியான பணப்பை அவன் குடும்பத்திற்கு சோகத்தைத் தரும்.

''இதுதான் காலி பணப்பையை குணப்படுத்த ஆறாவது தீர்வு. ***வருங்காலத்தின் முதுமைக்கும் குடும்பத்தின் பாதுகாப்புக்கும் ஏற்பாடு செய்.***''

ஏழாவது தீர்வு

வருமானத்தை அதிகரிக்க ஆற்றல் காட்டு

''மாணவர்களே, இந்த நாள் நான் சொல்லப் போவது காலி பணப்பைக்கு முக்கியமான தீர்வாகும். இருந்தும் நான் உங்களிடம்தங்கத்தைப்பற்றிப்பேசாமல்என்முன்விதவிதமான வண்ணங்களில் அங்கி அணிந்திருக்கும் உங்களைப் பற்றி பேசப்போகிறேன். வெற்றிக்கும் தோல்விக்கும் செயல்படும் மனித மனங்களையும் வாழ்க்கையையும் பற்றிச் சொல்லப் போகிறேன்,'' என்று அர்கட் ஏழாவது தினத்தன்று கூறினான்.

''சில காலங்களுக்கு முன் ஒரு இளைஞன் என்னிடம் கடன் கேட்டு வந்தான். எதற்காக கடன் வேண்டும் என்று கேட்டதற்கு, தன் செலவுக்கேற்ப வருமானம் இல்லை என்றான். அப்பொழுது அவனுக்கு நான் புரிய வைத்தேன். வட்டிக்காரனுக்கு வட்டி கொடுக்க முடியாத நிலையில் அவன் வருமானம் இல்லாததால் அவன் வட்டிக்காரனுக்கு வாடிக்கையாளராக முடியாது என்று.

'''உனக்கு தேவை என்றால், அதிக காசுகளை சம்பாதி. அதை செய்ய உனக்கு என்ன தகுதி இருக்கிறது?' என்றேன்.

'''ஆறு முறை என் முதலாளியிடம் என் சம்பளத்தை அதிகப்படுத்தச் சொல்லியும் அவர் கேட்கவில்லை. அதன் பிறகும் திருப்பிக் கேட்க முயலாது,' என்று பதிலளித்தான்.

''அவன் எளிமையைப் பார்த்து நாம் புன்முறுவல் பூக்கலாம், ஆனால் அவனிடம் தன் வருமானத்தை அதிகரிக்க முக்கியமான ஒன்று இருந்தது. அதிகமாக சம்பாதிக்க வேண்டும் எனும் ஆழமான ஆசை இருந்தது. அது மதிக்கத்தக்கது.

''***ஒன்றை அடைவதற்கு முன் ஆசை இருக்க வேண்டும். அந்த ஆசை ஆழமாகவும் உறுதியாகவும் இருக்க வேண்டும்.*** சாதாரண ஆசைகள் பலவீனமானவை. பணக்காரனாக வேண்டும் என்பது மற்றும் குறிக்கோள் அல்ல. ஐந்து தங்கக் காசுகளுக்கு ஆசைப்படுபவன் அதை செய்து முடிக்கலாம். ஐந்து காசுகளை அடைந்தபின், பத்து காசுகள் அடைய முயற்சி செய்து, பிறகு அதுவே இருபதும், ஆயிரமும் ஆகி, செல்வந்தனாகலாம். ஒரு சிறிய ஆசையை அடைய கற்றவன்,

பெரிய ஆசைகளை அடைய கற்றுக் கொண்டு விடுவான். இதுதான் செல்வத்தை அடைய வழிமுறை. முதலில் சிறிதளவு, பிறகு பெரும் அளவில் சம்பாதிக்க திறன் பெற்று விடுவான்.

''ஆசைகள் சிக்கலற்றதாகவும் உறுதியாகவும் இருக்க வேண்டும். ஆசைகள் அதிகமாகவோ, குழப்பமூட்டுவதாகவோ, பயிற்சிக்கு அப்பாற்பட்டதாகவோ இருந்தால், அவை நோக்கத்தை இழந்து விடுகின்றன.

''ஒருவன் தன் கூக்குரலுக்கேற்ப நிலைப்படுத்திக் கொண்டால், அவனுடைய சம்பாதிக்கும் ஆற்றலும் அதிகரிக்கும். நான் ஒரு காலத்தில் மண் வில்லையில் எழுதி சில செப்புக் காசுகளை சம்பாதித்த பொழுது, சிலர் என்னைவிட அதிகமாக சம்பளம் வாங்குவதைப் பார்த்தேன். ஆதலால் நான் எல்லோரையும் மிஞ்சி விடுவது என்று தீர்மானித்தேன். அவர்களின் வெற்றியின் காரணத்தை அறிய எனக்கு மிகுந்த நேரம் பிடிக்கவில்லை. வேலையில் அதிக கவனம், சளைக்காத குணம் இவைதான் என்னை மற்றவர்களை விட அதிக வில்லைகளைத் தயார் செய்ய வைத்தது. அதற்கேற்றபடி என் சம்பளமும் அதிகரித்து, நான் ஆறு முறை முதலாளியிடம் சென்று சம்பள உயர்வைப் பற்றி கேட்காமல் தவிர்க்க உதவியது.

''நம் விவேகத்திற்கேற்ப நாம் சம்பாதிக்கலாம். எவன் தன் தொழிலை நன்றாக தெரிந்து வைத்திருக்கிறானோ, அவன் நல்ல வெகுமதி பெறுவான். கலைத்தொழிலில் இருப்பவன் அதன் வழிமுறைகளை நன்று கற்க வேண்டும். சட்டமோ அல்லது மருத்துவமோ என்றால் அந்த தொழிலிலிருப்பவர்களிடம் ஆலோசனை கேட்கலாம். அவன் வியாபாரியாக இருந்தால், குறைந்த விலைக்கு இன்னும் நல்ல பொருள் வாங்க் முயலலாம்.

''மனிதனின் நிலைமை மாறிக்கொண்டே, முன்னேறிக் கொண்டே இருக்கும். கூர்மையான புத்தியுள்ளவர்கள் அதிக திறமையைத் தேடி, அவர்களை நம்பியிருப்பவர்களுக்கு ஆதரவாக இருப்பார்கள். ஆதலால், பின்தங்கி விடாமல் எல்லோரும் முன்னேறிக் கொண்டே இருப்பதற்கு உங்களைத் தூண்டுகிறேன்.

''அனுபவம் ஒரு மனிதனின் வாழ்க்கையை வளமாக்குகிறது.

தன்னைத்தானே மதிப்பவன், கீழ்கண்டவற்றை பின் தொடர வேண்டும்:

‘‘தன் சக்திக்கு அப்பாற்பட்டு கடன் வாங்காமல், வாங்கிய கடனை தக்க சமயத்தில் திருப்பிக் கொடுக்க வேண்டும்.

‘‘தன் குடும்பம் அவனைப்பற்றி நல்லதே நினைக்கும்படி அவர்களை காக்க வேண்டும்.

‘‘ஆண்டவன் அவனை தன் நேரத்திற்கு முன் சேர்த்துக் கொண்டாலும், உயில் எழுதி, தன் சொத்துக்களை சரியான முறையில் பிரிப்பதற்கு வழி வகுக்க வேண்டும்.

‘‘இல்லாதவர்களுக்கும் அடிபட்டவர்களுக்கும் கருணை காட்டி அவர்களுக்கு உதவி செய்ய வேண்டும். பிரியமானவர்களுக்கு நல்லதை செய்ய வேண்டும்.

‘‘ஆக, இந்த கடைசி ஏழாவது தீர்வு, உன் சக்தியை மேம்படுத்தி, படித்து அறிவுள்ளவனாக்கி, தொழிலில் தேர்ச்சி பெற்று, உன்னை மதிக்க கற்றுக் கொள்ள உதவும். இதனால் தன்னம்பிக்கை வளர்ந்து ஆசைகளை பூர்த்தி செய்ய முடியும்.

‘‘இவை தான் காலி பணப்பையை திருத்தும் தீர்வுகள். செல்வம் விரும்புவோர்களுக்கு, என்னுடைய நீண்ட கால அனுபவமும் வாழ்க்கையின் வெற்றியும் தூண்டுகோலாக இருக்கும்.

‘‘நீங்கள் கனவிலும் காணாதபடி இன்னும் அதிக செல்வம் பாபிலோனில் இருக்கிறது நண்பர்களே. எல்லோருக்கும் ஏராளமாக இருக்கிறது.

‘‘உங்கள் உரிமைக்கேற்ப முன்னேறி இந்த உண்மைகளைப் பின்பற்றி, செல்வந்தர் ஆகுங்கள்.

‘‘நமது அருமையான நகரின் செல்வத்தை ஒவ்வொரு குடிமகனும் அடைய எல்லோருக்கும் இந்த உண்மைகளை கற்றுக் கொடுங்கள்.’’

அதிர்ஷ்ட தேவதையை சந்தியுங்கள்

''ஒரு மனிதனுக்கு அதிர்ஷ்டம் இருந்தால் அவன் நற்பேறுக்கு எல்லை இல்லை. யுஃப்ரேடிஸ் நதியில் அவனை தள்ளினாலும், முத்து எடுக்காமல் நீச்சல் அடித்து வெளியே வரமாட்டான்.''

\- பாபிலோனின் பழமொழி

அதிர்ஷ்டத்திற்கு ஆசைப்படுவது உலக இயல்பு. இன்று போல் 4000 வருடங்களுக்கு முன்பு பண்டைய கால பாபிலோன் மக்களின் இதயத்தில் ஆழமாக இருந்தது. நாம் எல்லோரும் அந்த அதிர்ஷ்ட தேவதையின் கருணையை வேண்டுகிறோம். அந்த தேவதையை சந்தித்து, அவள் கவனத்தையும், தாராள மனதையும் வசீகரிக்க முடியுமா?

அதிர்ஷ்டத்தை கவர ஏதாவது வழி இருக்கிறதா?

இதைத்தான் பாபிலோனின் மக்கள் அறிய ஆசைப்பட்டார்கள். இதை அறியவே அவர்கள் நிச்சயித்தார்கள். அவர்கள் கூர்மதி வாய்ந்தவர்கள். பாபிலோன் செல்வமும் அதிகாரமும் மிக்க

நகரமாவதற்கு இதுவே காரணம்.

அந்தக் காலத்தில் பள்ளிகளும் கல்லூரிகளும் இல்லை. ஆனால் கல்வி அறிவுக்கு ஒரு தலைமையகம் இருந்தது. கோபுரம் போல் இருந்த அரசரின் மாளிகை, தொங்கும் பூந்தோட்டம், ஆண்டவனின் கோவில் இது போன்ற பிரசித்தி பெற்ற இடங்களில் தலைமையகமும் ஒன்று. வரலாற்றுப் புத்தகங்களில் இது இடம் பெறவில்லை, இருந்தும் அந்த காலத்தின் எண்ணங்களின் தாக்கம் கொண்டது.

இந்த கட்டிடம் தான் கல்வி அறிவுக்குக் கோவில். இங்கு மனமுவந்து ஆசிரியர்கள் ஆர்வமிக்க பாடங்களை திறந்த வெளியில் சொல்லிக் கொடுத்தார்கள். அந்த இடத்தில் எல்லோரும் சமமே. எளிமையான அடிமை கூட அரண்மனையின் இளவரசனுடன் விவாதிக்கலாம்.

இந்த கோவிலில் பாபிலோனின் மிகப் பெறிய பணக்காரனும் ஞானமுள்ளவனுமான அர்கட் அடிக்கடி வந்து சென்றான். அவனுக்கென்று இருந்த ஒரு தனி அறையில் மாலை நேரங்களில் இளைஞர்களும், முதியவர்களும் கூடி ஆர்வம் தூண்டும் தலைப்புகளை விவாதம் செய்வார்கள். அதிர்ஷ்டத்தைக் கவருவது பற்றி அவர்களுக்கு என்ன தெரியும் என்று நாம் ஒட்டுக்கேட்கலாமா?

அர்கட் மேடைக்கு வரும் பொழுது சூரியன் பாலைவனத்தில் ரத்த குழம்பாக புழுதியில் மறைந்து கொண்டிருந்தான். ஏற்கனவே 40 மனிதர்கள் சிறிய கம்பளங்கள் மேல் குழுமியிருந்தனர். இன்னும் சிலர் வந்து கொண்டிருந்தனர்.

''இன்று நாம் எதைப்பற்றி விவாதிக்கலாம்?'' என்று அர்கட் கேட்டான்.

சிறிது தாமததிற்குப் பிறகு, ஒரு நெசவாளி எழுந்து கூறினான், ''என்னிடம் ஒரு தலைப்பு இருக்கிறது ஆனால் அதை சொல்வதற்கு தயங்குகிறேன், ஏனென்றால் நீங்கள் ஏளனம் செய்வீர்கள்.''

அர்கட்டும் மற்றவர்களும் தூண்டிவிட்டதால் அவன் தொடர்ந்தான், ''இன்று நான் அதிர்ஷ்டசாலி. எனக்கு மூன்று தங்கக்காசுகள் கொண்ட பை கிடைத்தது. நான் எப்பொழுதும் அதிர்ஷ்டசாலியாகவே இருக்க வேண்டும் என்பது என் ஆசை. எல்லோருக்கும் இந்த ஆசை இருக்குமென்பதால், நாம் எப்படி

அதிர்ஷ்டசாலிகளாவது என்பதைப் பற்றி விவாதிக்கலாம்.''

''விவாதத்திற்குரிய சிறந்த தலைப்பு,'' என்றான் அர்கட். ''சிலருக்கு எதிர்பாராத விபத்து போல் அது வரும். மற்றவருக்கு அஷ்டர் எனும் நமது தேவதையிடமிருந்து அவளை சந்தோஷப்படுத்தியதற்காக வரும். சொல்லுங்கள் தோழர்களே, அதிர்ஷ்டம் எப்படி நம்மை வந்து சேரும் என்று பேசலாமா?''

''ஆம், ஆம், நிறைய பேசலாம்,'' ஆவலோடு அங்கிருந்தவர்கள் கூறினார்கள்.

அப்போது அர்கட் தொடர்ந்தான், ''நம் விவாதத்தை ஆரம்பிக்கும் முன், நெசவாளியைப் போல இன்னும் சிலர் இந்த வகையில் அதிர்ஷ்டத்தை அடைந்திருக்கிறார்களா என்று பார்க்கலாம்.''

மௌனம் நிலவியது. ஒருவரும் முன்வரவில்லை.

''என்ன? ஒருவரும் இல்லையா?'' என்றான் அர்கட். ''பின் இந்த அதிர்ஷ்டம் அலாதியானது. யார் இப்பொழுது இந்த அதிர்ஷ்டத்தை எங்கே தேடுவது என்று கருத்துரைக்கப் போகிறீர்கள்?''

நல்ல அங்கி அணிந்திருந்த ஒருவன் எழுந்து, ''நான் சொல்கிறேன்,'' என்றான். ''ஒருவன் அதிர்ஷ்டத்தைப் பற்றிப் பேசினால் அவன் எண்ணங்கள் சூதாட்டத்தில் இருப்பது நியாயம் தானே? அங்குதானே தேவதை நமக்கு வேண்டிய செல்வத்தை அளிப்பாள்?''

அவன் உட்காரப் போகும் பொழுது, ஒருவன் கூப்பிட்டு, ''நிறுத்தாதே. கதையைத் தொடரு! சொல், உனக்கு சூதாட்டத்தில் தேவதையிடமிருந்து கருணை கிடைத்ததா? தாயத்தில் சிவப்பு வண்ணம் விழுந்து உன் பணப்பை நிரம்பியதா, அல்லது, நீல வண்ணம் விழுந்து சூதாட்டத்தை நடத்தும் வியாபாரிக்கு நீ கஷ்டப்பட்டு சேமித்த வெள்ளிகள் சென்றனவா?''

அவனுடன் எல்லோரும் சேர்ந்து சிரித்தார்கள். பிறகு அவன் பதிலளித்தான், ''நான் அங்கு இருப்பதே அவளுக்குத் தெரியவில்லை என்பதை ஒப்புக் கொள்கிறேன். ஆனால் உங்களுக்கு எப்படி? தாயக்கட்டையை உருட்ட உங்களுக்காக காத்துக் கொண்டிருக்கிறாளா? கேட்க ஆவலாக இருக்கிறது.''

''அறிவுள்ள ஆரம்பம்,'' என்றான் அர்கட். ''ஒவ்வொரு

கேள்விக்கும் பல்வேறு பதில்களை விமர்சிப்போம். சூதாட்ட மேடையை ஒதுக்க முடியாது. ஏனென்றால் சில வெள்ளிகள் போட்டு நிறைய தங்கம் கிடைக்கும் வாய்ப்பு இருக்கிறது.''

இன்னொருவன் சொன்னான், ''நேற்று நடந்த குதிரைப் பந்தயத்தைப் பற்றி ஞாபகம் வருகிறது. தேவதை சூதாட்ட மேடையில் உதவினால், நிச்சயமாக தங்க ரதமும் நுரை தள்ளும் குதிரைகளும் ஓடும் பந்தயம் இன்னும் சுவாரசியமாக இருக்கும். உண்மையாகச் சொல் அர்கட், நினெவேவிலிருந்து வந்த அந்த சாம்பல் நிற குதிரை மேல் உன்னை பந்தயம் கட்டும்படி கிசுகிசுத்தாளா? நீ அந்த சாம்பல் குதிரையின் மேல் பணம் கட்டும்பொழுது. உன் பின்னால் தான் நின்று கொண்டிருந்தேன் எங்களைப் போல் உனக்கும் தெரியும் அசீரியாவிலேயே நம் குதிரைகளை யாராலும் வெல்ல முடியாதென்று.''

''உன் காதுகளில் தேவதை சாம்பல் நிற குதிரை மேல் பந்தயம் கட்ட கிசுகிசுத்தாளா? ஏனென்றால் கடைசி திருப்பத்தில் கருப்புக் குதிரை தடுக்கி நமது குதிரைக்கு தடங்கல் ஏற்படுத்தி, அந்த சாம்பல் நிற குதிரையை வெற்றி பெற வைத்தாளா?''

அர்கட் இந்த பரிகாசத்தை கேட்டு சிரித்தான். ''அந்த தேவதைக்கு ஒரு குதிரை மேல் பந்தயம் கட்டுபவனிடம் ஆர்வம் இருக்குமென்று நம்மிடம் என்ன ஆதாரம் இருக்கிறது? எனனைப் பொறுத்தவரையில் அவள் அன்பையும் தன்மானத்தையும் வேண்டியவர்களுக்கு அளிப்பவள். நான் அவளை சூதாட்ட மேடையிலோ குதிரை பந்தயங்களிலோ தேடுவதில்லை, ஏனென்றால் அங்கெல்லாம் மனிதர்கள் லாபத்தை விட அழிவைத்தான் சந்திக்கிறார்கள். மாறாக போற்றத்தக்க மனிதர்கள் இருக்கும் இடத்தில்தான் தேடுவேன்.

''விவசாயத்திலோ, நேர்மையான வியாபாரத்திலோ, எல்லா விதமான தொழிலிலும் மனிதனின் முயற்சிக்கும் பரிமாணத்திற்கும் லாபம் கிடைக்க வாய்ப்பு இருக்கிறது. சில சமயங்களின் அவன் தீர்ப்பு செயலிழக்கலாம், ஆனால் அவன் விடாப்பிடியாக இருந்தால், லாபத்தை எதிர்பார்க்கலாம். ஏனென்றால், லாபம் கிடைக்கும் வாய்ப்பு அவனுக்கு உதவியாக இருக்கிறது.

''ஆனால், ஒருவன் தன்னுடைய தரத்துடனேயே விளையாடினால், நிலமை மாறி விடும். லாபம் அவனுக்கு எதிரியாகி, மற்றவனுக்கு உதவி செய்யும். இந்த விளையாட்டு எப்படியென்றால், லாபம் எப்பொழுதும் விளையாட்டின் காவலருக்கே உதவும். விளையாடுபவர்களிடம் பந்தயம் கட்டி தனக்கென்று லாபம் தருவித்துக் கொள்வது அவன் தொழில். ஒரு சிலர் தான் காவலனின் லாபம் எவ்வளவு நிச்சயம் என்றும், தாங்கள் வெற்றி பெறுவதற்கு குறைந்த வாய்ப்பு தான் உள்ளது என்றும் அறிவார்கள்.

''உதாரணத்திற்கு, தாயக்கட்டையில் பந்தயம் கட்டுவதைப் பற்றி பேசுவோம். ஒவ்வொருதரம் அதை வீசும் பொழுதும், எந்தப் பக்கம் மேலே இருக்கும் என்று பந்தயம் கட்டுவோம். சிவப்பு மேலே வந்தால், காவலன் நமக்கு நான்கு பங்கு கொடுக்க வேண்டும். வேறு ஏதாவது ஐந்து பக்கங்கள் வந்தால், நாம் பந்தயத்தை இழந்து விடுவோம். ஆக, கணக்கின்படி ஒவ்வொரு வீச்சிலும் இழப்பதற்கு நமக்கு ஐந்து வாய்ப்புகள் உண்டு. ஆனால் சிவப்பு வந்தால், நான்கு பங்கு கிடைக்குமாதலால், வெற்றி பெற நான்கு வாய்ப்புகள் உண்டு. ஒரு இரவின் விளையாட்டிலே காவலன் பந்தயம் கட்டியதிலிருந்து லாபமாக ஐந்தில் ஒன்றை எடுத்துக் கொள்கிறான். தனக்கு எதிராக இந்நிலை இருக்கும் பொழுது, ஒருவன் எப்படி வெற்றி பெற முடியும்?''

''இருந்தாலும், சில மனிதர்கள் சில சமயங்களில் அதிக பணம் வெல்கிறார்களே,'' என்றான் ஒருவன்.

அர்கட் தொடர்ந்தான், ''ஆமாம். அவர்கள் வெல்கிறார்கள். இதைப்பார்த்தால், இவ்வழியில் வரும் பணம் அதிர்ஷ்டக்காரனுக்கு நிலையான மதிப்பு கிடைக்குமா என்ற கேள்வி எழுகிறது. பாபிலோனில் எனக்கு தெரிந்தவர்களில் பலர் வெற்றி பெற்றவர்கள். ஆனால் அவரில் ஒருவர் கூட இவ்வழியில் வந்த செல்வத்தை வைத்து வெற்றி பெற்றவர்களாக இல்லை.

''இங்கே கூடியிருக்கும் உங்களுக்கும் இது போல் மனிதர்களைத் தெரியும். உங்களுக்குத் தெரிந்தவர்களில் எத்தனை பேர் சூதாட்டத்தில் வென்று, வாழ்க்கையில் வெற்றி பெற்றிருக்கிறார்கள்? சொல்கிறீர்களா?''

சிறிது மௌனத்திற்கு பிறகு, ஒரு பெண், ''உங்கள் கேள்வி விளையாட்டு காவலர்களையும் சேர்க்குமா?'' என்றாள்.

''வேறு யாரும் உங்களுக்கு கிடைக்கவில்லை என்றால்,'' என்றான் அர்கட். ''பிறர் இல்லாவிடில், உங்களில் யாரேனும் இப்படி வெற்றி அடைந்தவர்களாக இருக்கிறீர்களா?''

அவனுடைய சவாலுக்கு, பின்னாலிருந்து சில உறுமல்களும் சிரிப்பும் கலந்து ஒலித்தன.

அர்கட் தொடர்ந்தான். ''நாம் தேடும் அதிர்ஷ்ட தேவதை நாம் செல்லும் இடங்களில் இல்லை என்பது தெரிகிறது. வேறு இடங்களை ஆராய்வோம். பணப்பையை திருடுபவனிடம் இல்லை. சூதாட்ட மேடைகளிலும் இல்லை. நான் வென்றதை விட குதிரை பந்தயத்தில் செலவு தான் அதிகம் செய்திருக்கிறேன்.

''இப்பொழுது நமது வர்த்தகத்தையும் தொழிலையும் பார்ப்போம். லாபம் வந்தால் அது நமது முயற்சியால் தான் என்று நினைக்காமல் அதிர்ஷடத்தால் தான் என்று நிச்சயிப்பது இயல்பு தானே? நாம் தேவதையின் பரிசுகளை பார்க்காமல் இருக்கிறோம் என்று நினைக்கிறேன். நிஜமாக அவள் நமக்கு உதவி செய்கிறாள் ஆனால் நாம் அவள் கருணையை பாராட்டுவதில்லை. வேறு ஏதாவது கருத்து இருக்கிறதா?''

ஒரு முதிய வியாபாரி தன் வெள்ளை அங்கியை சரி செய்தவாறு சொன்னான், ''உங்கள் அனுமதியோடு, மாண்புமிகு அர்கட்டுக்கும் என் நண்பர்களுக்கும், நான் ஒரு கருத்தை சொல்கிறேன். நமது வெற்றிக்கு நம் உழைப்பே காரணம் என்றால், கையில் எட்டாமல் தப்பிச் சென்ற லாபகரமான வெற்றிகளைப் பற்றி ஏன் நினைக்கக்கூடாது? அவை நடந்திருந்தால், அதிர்ஷ்டத்திற்கு ஓர் அரிய முன்னுதாரணமாக இருந்திருக்கும். முடிவடையாததால் அவைகளை நமது வெற்றி என்று சொல்ல முடியாது. இங்கு இருக்கும் மக்களில் பலர் இதை அனுபவப்பட்டிருப்பார்கள் அல்லவா?''

''இது ஒரு அறிவுள்ள அணுகுமுறை,'' என்றான் அர்கட். ''உங்களில் யார் கையிலிருந்து இத்தகைய அதிர்ஷ்டம் நழுவியது?''

நிறைய கைகள் எழுந்தன, வியாபாரியையும் சேர்த்து. அர்கட் அந்த வியாபாரியை பேசும்படி அழைத்தான். ''இந்த

அணுகுமுறையை முன்வைத்ததால் நீங்களே முதலில் பேசுங்கள்.''

''எப்படி ஒருவன் அதிர்ஷ்டத்தை பக்கத்தில் அண்ட விட்டும் கூட, லாபத்தை அடையாமல், பிறகு வருத்தப்படும் அளவுக்கு அதை கை நழுவிச் செல்ல விட்டான் என்ற ஒரு கதையை சொல்கிறேன்,'' என்றான் அவன்.

''பல வருடங்களுக்கு முன் நான் இளைஞனாக இருந்தபோது, கல்யாணம் செய்து கொண்டு சம்பாதிக்க ஆரம்பிக்கும் பொழுது, என் தந்தை என்னை முதலீடு செய்யும்படி வற்புறுத்தினார். அவருடய நண்பனின் மகன் நமது நகரத்தின் சுவர்களுக்கு அப்பால் ஒரு தரிசு நிலத்தை கண்டானாம். அது கால்வாய்க்கு மேலே இருந்ததால், நீர் வராது.

''அவன் இந்த நிலத்தை வாங்கி, மாடுகளால் இயக்கும் மூன்று நீர் சக்கரங்களைக் கட்டி, நிலத்தை வளமாக்க நினைத்தான். அது முடிந்ததும், நிலத்தை பங்கு போட்டு நகரத்தில் இருப்பவர்களுக்கு மூலிகை பயிரிட விற்க யோசனை செய்தான்.

''அவனிடம் இந்த முதலீட்டிற்கு வேண்டிய மூலதனம் இல்லை. என்னைப் போல் அவனும் சுமாராக சம்பாதித்துக் கொண்டிருந்தான். அவன் தந்தையும் என் தந்தையைப் போல் பெரிய குடும்பமும் சிறிய வருவாயும் கொண்டவராயிருந்தார். ஆகையால் அவன் சிலரை இந்தத் தொழிலில் முதலீடு செய்யும்படி கேட்க நினைத்தான். 12 பேர் கொண்ட குழுமம் அமைத்து, ஒவ்வொருவனும் தனியே சம்பாதிப்பவனாகவும், நிலம் விற்கும் வறை சம்பாத்தியத்தில் பத்தில் ஒரு பங்கை இந்த தொழிலில் சேர்க்க வேண்டும். பிறகு லாபத்தில் அவர்கள் முதலீடு செய்ததற்கிணங்க பெற்றுக் கொள்ளலாம் என்றும் கூறி அவர்கள் சம்மதத்தை கோரினான்.

''என் தந்தை, 'மகனே, நீ இப்பொழுது இளமைப் பருவத்தில் இருக்கிறாய். உன் தந்தை செய்த தவறை செய்யாமல், இப்பொழுதே உனக்கென்று சொத்தை அமைத்துக் கொண்டு கௌரவமாக இருக்க வேண்டும் என்பது தான் என் ஆசை,' என்றார்.

'''என் ஆசையும் அதுதான் தந்தையே,' என்றேன் நான்.

'''பிறகு, உனக்கு உபதேசம் செய்கிறேன். உன் வயதில் நான் செய்திருக்க வேண்டியதை நீ இளம் வயதில் செய். முதலீடு செய்ய உன் சம்பளத்திலிருந்து பத்தில் ஒரு பங்கை தனியே வைத்துவிடு. இந்த பங்கினால், உன் சம்பளத்தினாலும், இதிலிருந்து வரும் லாபத்தினாலும் நீ என் வயது வருவதற்குள் சொத்துக்களை அடைந்து விடுவாய்,' என்றார்.

'''உங்களுடைய வார்த்தைகள் அறிவுள்ளவை தந்தையே. நானும் செல்வத்தை விரும்புகிறேன். ஆனால் என் சம்பளத்திற்கு ஏற்கனவே நிறைய பிரயோஜனம் இருக்கின்றது. ஆதலால் நான் யோசிக்கிறேன். நான் வாலிபன். என்னிடம் சமயம் இருக்கின்றது,' என்றேன்.

'''நானும் அதைத்தான் நினைத்தேன், ஆனால் வருடங்கள் கடந்தும் நான் இன்னும் ஆரம்பிக்கவேயில்லை.'

'''நாம் வேறு காலங்களில் வாழ்கிறோம் தந்தையே. நீங்கள் செய்த தவறுகளை நான் தவிர்ப்பேன்.'

'''வாய்ப்பு உன் முன் நிற்கிறது மகனே. செல்வத்திற்கு வழி காட்டுகிறது. உன்னை கெஞ்சுகிறேன், தாமதம் செய்யாதே. காலையில் என் நண்பனின் மகனை சந்தித்து, அவனுடன் பேரம் பேசி, இந்த முதலீட்டில் உன் சம்பளத்திலிருந்து பத்து சதவிகிதம் போடுவதாக சொல். வாய்ப்பு மனிதனுக்காக காத்திருக்காது. இன்று இருக்கிறது. விரைவில் சென்று விடும். ஆதலால், தாமதிக்காதே!'

''என் தந்தையின் உபதேசத்திற்குப் பிறகும் நான் தயங்கினேன். கிழக்கிலிருந்து வியாபாரிகள் அழகிய ஆடைகள் கொண்டு வந்திருந்தனர். எனக்கும் என் மனைவிக்கும் அவைகளை வாங்கி அணிய வேண்டும் என்று ஆசையாக இருந்தது. என் சம்பாத்தியத்திலிருந்து பத்தில் ஒன்றை கொடுத்துவிட்டால் இந்த ஆடைகளையும் இன்னும் பல ஆசைகளையும் நான் விட்டுக் கொடுக்க வேண்டும். என் முடிவை தாமதித்ததில் அந்த முதலீட்டை என்னால் செய்யமுடியவில்லை. பிறகு வருத்தப்பட்டேன். எப்படி அதிர்ஷ்டத்தை நழுவவிட்டேன் என்பதின் கதை இதுதான்.''

பாலைவனத்திலிருந்து வந்த ஒருவன் சொன்னான், ''*சந்தர்ப்பத்தை எவன் எடுத்துக்கொள்ளுகிறானோ அவனுக்குத் தான் அதிர்ஷ்டம் கை கொடுக்கும்*'' என்கிறது இந்த கதை.

சொத்து சேர்ப்பதற்கு ஒரு ஆரம்பம் வேண்டும். சில தங்கக் காசுகளோ அல்லது வெள்ளியோ தன் சேமிப்பிலிருந்து முதலீடு செய்வது ஆரம்பம். நான் நிறைய மந்தைகள் வைத்திருப்பவன். நான் சிறு பையனாக இருந்த பொழுது ஒரு வெள்ளிக் காசுக்கு ஒரு கன்றை வாங்கினேன். எனக்கு இது செல்வத்தின் முக்கியமான ஆரம்பம்.

''செல்வத்தை சேர்க்க முதல் படி எடுத்து வைப்பது அதிர்ஷ்டம் தான். ஒவ்வொருவருக்கும் அந்த முதல் படி முக்கியமானது. சிலர் சிறு வயதிலேயே முதல் படியை எடுத்து வெற்றி அடைகிறார்கள். சிலர் பிறகும், வேறு சிலர் இந்த வியாபாரியின் தந்தையைப் போல் எபோழுதுமே எடுக்கத் தவறி விடுகிறார்கள்.

''இந்த வியாபாரி சிறு வயதிலேயே முதல் படியை எடுத்திருந்தால், இப்பொழுது மிகுந்த செல்வந்தனாகி இருப்பான். நெசவாளியும் இப்பொழுது இந்த முதல் படியை எடுத்தால் செல்வத்தின் ஆரம்பம் அவனுக்கும் கிட்டும்.''

''நன்றி! நானும் பேச விரும்புகிறேன்,'' வேறு நாட்டிலிருந்து வந்தவன் எழுந்தான். ''நான் சிரியா (Syria) நாட்டிலிருந்து வருபவன். உங்கள் பாஷை எனக்கு அவ்வளவாகத் தெரியாது. இந்த வியாபாரிக்கு நான் பெயர் சூட்ட விரும்புகிறேன். அந்தப் பெயர் பண்புள்ளதா என்று நீங்கள் நினைக்கலாம். இருந்தும் அப்படி கூப்பிட விரும்புகிறேன். உங்கள் பாஷையில் என்னவென்று தெரியாது. என் பாஷையில் சொன்னால் உங்களுக்கு புரியாது. ஆகவே, நல்ல மனிதர்களே, நல்லது கிடைக்கும் நேரத்தை தள்ளிப் போடுபவனுக்கு என்ன பெயர் வைப்பது?''

''காலங்கடத்துபவன்,'' என்றது ஒரு குரல்.

''அதுதான் அவன்,'' என்றான் சிரியன், கிளர்ச்சியில் கைகளை ஆட்டியபடி. ''சந்தர்ப்பம் வரும் பொழுது எடுத்துக் கொள்ள மாட்டேனென்கிறான். காத்திருக்கிறான். இப்பொழுது வேலை இருக்கிறது, பிறகு உன்னுடன் பேசுகிறேன் என்கிறான். சந்தர்ப்பம் மெதுவாக செயல்படுபவர்களுக்கு காத்திருக்க மாட்டாள். அதிர்ஷ்டத்திற்கு ஆசைப்படுபவன் துரிதமாக செயல்பட வேண்டும். அப்படியில்லாதவன் நம் வியாபாரி நண்பனைப் போல் காலங்கடத்துபவன் ஆகிறான்.''

அங்கு நிலவிய சிரிப்புக்கு நடுவில் வியாபாரி தலை வணங்கி, ''அந்நியனே, உண்மையை தயங்காமல் சொன்னதற்கு, என் பாராட்டுக்கள்,'' என்றான்.

''இப்பொழுது இன்னொருவனின் சந்தர்ப்பக் கதையைக் கேட்கலாம். யாரிடம் இருக்கிறது இத்தகைய கதை?'' என்றான் அர்கட்.

''என்னிடம் இருக்கிறது,'' என்று சிவப்பு அங்கி அணிந்த நடுத்தர வயதுடையவன் சொன்னான். ''நான் ஒட்டகங்களையும் குதிரைகளையும் வாங்குபவன். சில சமயங்களில் ஆடுகளையும் வாங்குவேன். எதிர்பார்க்காத நேரத்தில் எப்படி எனக்கு சந்தர்ப்பம் வந்தது என்பதைப் பற்றி கூறுகிறேன். இந்த காரணத்திற்காகத்தான் அதை நழுவ விட்டேனோ என்னவோ. நீங்களே முடிவு செய்யுங்கள்.

''பத்து நாட்கள் ஒட்டகங்களைத் தேடி பயணித்து ஒரு நாள் சாயங்காலம் திரும்பி வந்தால், நகரத்தின் கதவுகள் மூடி பூட்டப்பட்டிருந்தன. என் அடிமைகள் இரவில் கூடாரத்தை எழுப்பி, குறைந்த அளவு உணவும், நீரும் உண்டு படுக்க செல்லும் பொழுது, எங்களைப் போல் வெளியே இருந்த ஒரு வயதான விவசாயி என்னிடம் வந்தான்.

'''மதிப்புற்குரியவரே, உங்களைப் பார்த்தால் வியாபாரி போல் தெரிகிறது,' என்றான். 'அப்படியென்றால், உங்களுக்கு இப்பொழுதுதான் வந்த விலைமதிப்பான ஆடுகளை விற்க விரும்புகிறேன். என் மனைவிக்கு காய்ச்சலாக இருக்கிறது. நான் அவசரமாக திரும்பிச் செல்ல வேண்டும். என் ஆடுகளை நீங்கள் வாங்கினால், நானும் என் அடிமைகளும் ஒட்டகத்தின் மேல் தாமதமில்லாமல் திரும்பிச் சென்று விடுவோம்.'

''இருட்டில் அந்த ஆடுகளை பார்க்க முடியவில்லை ஆனால் அவைகள் கத்தும் சத்தத்தை கேட்டு பெரிய மந்தையாக இருக்கும் என்று தெரிந்தது. பத்து நாட்கள் ஒட்டகங்களைத் தேடி அலைந்தும் கிடைக்காததால், இவனுடன் பேரம் பேச முடிவு செய்தேன். அவன் கவலையில் இருந்ததால், நியாயமான விலையைக் கேட்டான். காலையில் நகரத்தின் கதவுகள் திறந்தவுடன் அவன் அடிமைகள் இந்த ஆடுகளை நல்ல விலைக்கு விற்று விடுவார்கள் என்று அறிந்து, அவைகளை வாங்க சம்மதித்தேன்.

''பேரம் முடிந்து, அடிமைகளை விளக்கு கொண்டு வரும்படி சொல்லி எவ்வளவு ஆடுகள் இருக்கின்றன என்று பார்க்கச் சொன்னேன். 900 ஆடுகள் இருப்பதாக அவன் சொல்லியிருந்தான். அந்த இரவில் அமைதியற்று தாகத்திலும் அவதிப்படும் எனக்கு ஆடுகளை எண்ணுவதின் கடினம் எப்படி என்று உங்களிடம் நான் விவரிக்கப் போவதில்லை நண்பர்களே. அது முடியாத காரியமாக இருந்தது. ஆதலால், காலையில் எண்ணிக்கை எடுத்து, பணம் கொடுப்பதாக அவனிடம் கூறினேன்.

'''தயவு செய்து சொன்ன விலையில் 2/3 எனக்கு இப்பொழுது கொடுத்து விட்டால் நான் சென்று விடுவேன்,' என்று கெஞ்சினான். 'காலையில் ஆடுகளை எண்ண என் நம்பிக்கையான அடிமையை விட்டுச் செல்கிறேன். அவனிடம் நீங்கள் மீதி பணத்தை கொடுங்கள்.'

''ஆனால் நான் பிடிவாதமாக அன்று இரவு பணம் கொடுக்க மறுத்து விட்டேன். அடுத்த நாள் காலை நான் எழுவதற்கு முன் கதவுகள் திறந்து, நான்கு பேர் ஆட்டு மந்தையைத் தேடி ஓடி வந்தனர். அவர்கள் அதிகமாக விலை கொடுத்து ஆடுகளை வாங்குவதற்குத் தயாராக இருந்தார்கள். நகரத்திலும் உணவு பற்றாக்குறை இருந்ததுதான் காரணம். எனக்குச் சொன்ன விலையை விட மூன்று பங்கு அதிகமான விலைக்கு அந்த மேய்பவன் விற்றான். இப்படித்தான் ஒரு அரிய வாய்ப்பை நான் தவற விட்டு விட்டேன்.''

''இது ஒரு அபூர்வமான கதை,'' என்றான் அர்கட். ''இதிலிருந்து என்ன தெரிந்து கொண்டீர்கள்?''

''பேரம் பேசியவுடன் பணத்தைக் கொடுத்து விட வேண்டும்,'' என்றான் குதிரைக்கு சேணம் செய்யும் ஒருவன். ''பேரம் சரியாக இருந்தால், எந்த மனிதனுக்கும் ஏற்படும் பலவீனத்திற்கு பாதுகாப்பு தேவைப்படும். மனிதர்கள் சட்டென்று மனதை மாற்றிக் கொள்வார்கள். அதிலும் சரியான முடிவைத் தான் அடிக்கடி மாற்றுவோம். அது தப்பானதும், பிடிவாதமும் கூட. சரி, நம் மனம் அங்கும் இங்கும் அலைபாய்ந்து, வாய்ப்பை தவறவிடும். நாம் எடுக்கும் முதல் தீர்ப்பு தான் சரியானது. இருந்தாலும் நல்ல பேரம் பேசி முடிந்தாலும், முன்னேறுவதற்கு எனக்குக் கடினமாக

இருக்கும். ஆகையால் என்னுடைய பலவீனத்தை பாதுகாக்க, ஒரு வைப்புத் தொகை கொடுத்து விடுவேன். இது என்னை பிறகு வருத்தப்படாமல் இருக்க உதவும்.''

''நன்றி! நான் மீண்டும் பேச ஆசைப்படுகிறேன்,'' என்றான் சிரியன். ''இந்த கதைகள் ஒன்று போல் இருக்கின்றன. ஒரே காரணத்திற்காகத் தான் சந்தர்ப்பம் பறந்து விடுகின்றது. ஒவ்வொரு முறையும் தேவதை நல்ல திட்டத்தை காலங்கடத்துபவனிடம் சொல்லி, அவன் தயங்கி, இது சரியான நேரமில்லை, அல்லது இப்பொழுதே செய்ய முடியாது என்று இருந்தால், மனிதர்கள் எப்படி முன்னேற முடியும்?''

''அறிவுள்ள வார்த்தைகள் நண்பனே,'' என்றான் வாங்குபவன். ''இரண்டு முறையும் அதிர்ஷ்டம் காலங்கடத்தியதால் ஓடி விட்டது. இது அபூர்வமான விஷயம் இல்லை. எல்லோருமே காலங்கடத்துபவர்கள் தான். செல்வத்தை அடைய ஆசைப்படுகிறோம். ஆனால் சந்தர்ப்பம் வரும் பொழுது, தயங்குகிறோம். நமக்கு நாமே எதிரிகளாகிறோம்.

''என் சிறு வயதில் சிரியன் நண்பன் சொன்னதைப்பற்றி சிந்திக்கவில்லை. என்னுடைய தவறான தீர்மானத்தினால்தான் நான் வியாபாரத்தில் நஷ்டத்தை சந்தித்தேன். பிறகு அது என் பிடிவாதத்தால் தான் என்றும் அறிந்தேன். இப்பொழுது புரிகிறது - உறுதியாக உடனுக்குடன் செய்யாமல் இருக்கும் பழக்கம் காலங்கடத்திச் செய்வதென்று. உண்மையான குணம் தெரிந்தவுடன் நான் வெறுத்தேன். ஒரு அடங்காத கழுதை, ரதத்திலிருந்து விடுபட்டு ஓடுவது போல் நான் இந்த எதிரியிடமிருந்து ஓடி வெற்றி பெற்றேன்.''

''நன்றி! நான் வியாபாரியிடம் கேட்க விரும்புகிறேன்,'' என்றான் சிரியன். ''விலையுயர்ந்த ஆடைகள் அணிகிறீர்கள், வெற்றி பெற்ற மனிதாக பேசுகிறீர்கள். சொல்லுங்கள், உங்கள் காதில் காலங்கடத்துபவன் இப்பொழுது வந்து கிசுகிசுத்தால் கேட்பீர்களா?''

''நம் நண்பனைப்போல் நானும் காலங்கடத்துபவனை அறிந்து முறியடிக்க வேண்டி இருந்தது,'' என்றான் வியாபாரி. ''எனக்கு அவன் எதிரியாகவும் என் முயற்சிகளைக் கண்காணித்துக் கொண்டே இருப்பவன் போலவும் இருந்தது.

நான் சொன்னது ஒரு கதை தான். புரிந்தால் அவனை வெல்வது கடினமல்ல. எவனும் வேண்டுமென்றே தன் தானியத்தை திருடன் ஒருவன் திருடுவதை அனுமதிப்பதில்லை. எவனும் தன் வாடிக்கயாளர்களை துரத்த அனுமதித்து லாபத்தை அபகரிக்க. ஒரு எதிரியை அனுமதிப்பதில்லை. என் எதிரி இதை செய்வதை என்று அறிந்தேனோ, என் உறுதியால் அவனை வென்றேன். இவ்வாறு தான் ஒவ்வொரு மனிதனும் பாபிலோனில் இருக்கும் செல்வத்தை பகிர்ந்து கொள்வதற்காக காலங்கடத்துபவனை வெற்றி கொள்ள வேண்டும்.''

''நீ என்ன சொல்கிறாய் அர்கட்? பாபிலோனின் மிகப் பெறிய செல்வந்தனானவனை அதிர்ஷடமானவன் என்று சொல்கிறார்கள். காலங்கடத்துபவனை முழுமையாக வென்றாலொழிய வெற்றியை அடைய முடியாது என்று நீ ஆமோதிக்கிறாயா?''

''நீ சொல்வது போல் தான்,'' என்று ஒப்புக்கொண்டான் அர்கட். ''என் நீண்ட வாழ்வில் தலைமுறை, தலைமுறையாக வணிகத்திலும், அறிவியலிலும், படிப்பிலும் வெற்றி பெற்று முன்னேறியவற்களைப் பார்த்திருக்கிறேன். இவர்கள் எல்லோருக்கும் வாய்ப்புகள் வந்தன. சிலர் அதைக் கைப்பற்றி ஆசைகளைப் பூர்த்தி செய்தார்கள், பெரும்பான்மையானோர் தயங்கி, தடுமாறி, பின்னால் விழுந்தார்கள்.''

அர்கட் நெசவாளியை நோக்கினான். ''நீங்கள் அதிர்ஷ்டத்தை விவாதிக்கலாம் என்று சொன்னீர்கள். இப்பொழுது, நீங்கள் இதைப்பற்றி என்ன நினைக்கிறீர்கள் என்று சொல்லுங்கள்.''

''நான் அதிர்ஷ்டத்தை வேறு வெளிச்சத்தில் பார்க்கிறேன். மனிதன் முயற்சி செய்யாமல் அதிர்ஷ்டம் அவனுக்கு கை கொடுக்கும் என்று நினைத்திருந்தேன். இப்பொழுது அப்படி இல்லை என்று தெரிகிறது. நமது விவாதத்திலிருந்து ***சந்தர்ப்பத்தை சாதகமாக வைத்துக்கொண்டால்தான், அதிர்ஷ்டத்தை வசீகரிக்க முடியும்*** என்று அறிந்தேன். ஆதலால், வரும் காலங்களில் நான் எனக்கு கிடைக்கும் சந்தர்ப்பங்களை சிறப்பாக இருக்கும்படி செய்து கொள்வேன்.''

''நீங்கள் நமது விவாதங்களிலிருந்து உண்மைகளை நன்றாக அறிந்து கொண்டிருக்கிறீர்கள்,'' என்றான் அர்கட். ''அதிர்ஷ்டம் தானாக வருவதில்லை. சந்தர்ப்பத்தை தொடர்ந்துதான்

வரும். நமது நண்பர்களான வியாபாரியும், வாங்குபவனும் சந்தர்ப்பத்தை ஏற்றிருந்தால், அதிர்ஷ்ட தேவதை கொடுத்ததை அடைந்திருப்பார்கள்.''

இந்த விவாதத்தை தொடர்ந்ததற்கு காரணம் அதிர்ஷ்டம் எப்படி நம்மை வசீகரிக்கும் என்பதை அறியத்தான். வழி கிடைத்து விட்டது என்று எண்ணுகிறேன். அதிர்ஷ்டம் சந்தர்ப்பத்தை தொடரும் என்று தான் இரண்டு கதைகளும் நிரூபித்தன. இந்த உண்மை மாறாது. ***அதிர்ஷ்டத்தை வசீகரிக்க சந்தர்ப்பத்தை ஏற்றுக்கொள்ள வேண்டும்.***

''தன்னை விருத்திப்படுத்த சந்தர்ப்பத்தை எவன் பிடித்துக் கொள்கிறானோ, அவனுக்கு அதிர்ஷ்ட தேவதையின் அருள் கிடைக்கும். அவளை சந்தோஷப்படுத்துபவர்களுக்கு எப்பொழுதும் அவள் உதவி செய்வாள். செயல் புரியும் மனிதனால் அவள் திருப்திப்படுவாள்.

''செயல் தான் நீங்கள் ஆசைப்படுவதை வென்று முன்னேற்றத்திற்கு உங்களைக் கொண்டு போகும்.''

செயல் புரிபவர்களுக்கு
அதிர்ஷ்ட தேவதை உதவி செய்வாள்

தங்கத்தின் ஐந்து சட்டங்கள்

"தங்களிடம் தங்கம் நிறைந்த பையும், மதிநுட்பமான வில்லையும் இருந்தால், எதை தேர்ந்தெடுப்பீர்கள்?"

பாலைவனப் புதர்களில் எரியும் நெருப்பிலிருந்து வந்த வெளிச்சத்தில்

வெயிற்பட்ட மேனியுடன் இருந்த முகங்களில் பிரகாசம் தெரிந்தது.

''தங்கம், தங்கம்,'' என்று 27 பேரும் கூறினர்.

முதுமையான கலாபாப் அறிந்தே சிரித்தான்.

''கேளுங்கள்,'' கையை உயர்த்தித் தொடர்ந்தான். ''இரவில் காட்டு நாய்களின் குரலை கேளுங்கள். அவை பசியால் ஊளையிடுகின்றன. நீங்கள் உணவளித்தாலும். அவைகள் என்ன செய்யும்? சண்டை போட்டு இங்கும் அங்கும் அலையும். மறுநாளைப் பற்றி நினைக்காமல், இன்னும் சண்டை போட்டு அலையும்.

''இப்படித்தான் மனிதர்களும் நடக்கிறார்கள். தங்கமும் படிப்பும் கொடுத்தால், அவர்கள் என்ன செய்கிறார்கள்? மதியை புறக்கணித்து தங்கத்தை வீணாக்குகிறார்கள். அடுத்த நாள் தங்கம்

இல்லையென்று அழுகிறார்கள்.

''சட்டங்களுக்கும் அதை பின்பற்றுபவர்களுக்கும் தான் தங்கம் ஒதுக்கி வைக்கப்படும்.''

சில்லென்று இரவில் காற்று வீசியது. கலாபாப் தன் வெள்ளை அங்கியை கால்களுக்கிடையில் இறுக்கிக் கொண்டான்.

''நீங்கள் இந்த நீண்ட பயணத்தில் உண்மையாக வேலை செய்து, பாலைவனத்தில் சலிக்காமல் வந்த என் ஒட்டகங்களை பராமரித்து, வழியில் திருடர்களிடமிருந்து என் பண்டங்களை பாதுகாத்ததால், இன்று இரவு இதுவரை யாரும் கேட்டிராத தங்கத்தின் ஐந்து சட்டங்களின் கதையை உங்களுக்குச் சொல்கிறேன்.

''நான் சொல்வதை கவனமாக கேளுங்கள். அதன் அர்த்தத்தை புரிந்து அதன் படி நடந்தீர்களானால், வரும் காலத்தில் உங்களுக்கு அதிகமாக தங்கம் கிடைக்கும்.''

சிறிது நேரம் மௌனமாக இருந்தான். பாபிலோனின் தெளிந்த நீல நிற வானத்தில் நக்ஷத்திரங்கள் மின்னிக் கொண்டிருந்தன. பின்னால் மண் புயலிலிருந்து பாதுகாக்க கூடாரங்கள் அமைந்திருந்தன. அதன் பக்கத்தில் நேர்த்தியாக அடுக்கி வைக்கப்பட்ட வணிகப் பொருட்கள் இருந்தன. ஒட்டகங்கள் மண்ணில் அமர்ந்து, வாயைல் மென்றுக் கொண்டோ அல்லது கர்ண கொடூரமாக கொரட்டை விட்டுக்கொண்டோ இருந்தன.

''எங்களுக்கு பல கதைகள் சொல்லியிருக்கிறீர்கள் கலாபாப், ''என்றான் பிரதான பொதி கட்டுபவன். ''உங்களுக்கு பணிவிடை செய்வது நாளை முடிந்து விடும், ஆதலால், எங்களை உங்கள் மதியால் வழி நடத்துங்கள்.''

''அதிசயமான தூர நாடுகளில் நடந்த என் சாகசங்களைப் பற்றி நான் சொல்லி இருக்கிறேன். இன்று அர்கட் என்ற மதியுள்ள பணக்காரனைப் பற்றிச் சொல்கிறேன்.''

''நாங்கள் அவனைப் பற்றி கேள்விப் பட்டிருக்கிறோம். அவன்தான் பாபிலோனின் மிகப் பெரிய பணக்காரன்,'' என்றான் பொதி கட்டுபவன்.

''எவருமே செய்யாதபடி தங்கத்தை சேர்த்து மதியினால் பணக்காரன் ஆனான். நான் சிறுவனாக இருந்த பொழுது, நினைவே என்ற நகரில் இருந்த அவன் மகன் நோமாஸிர்

எனக்கு சொன்னதை இன்று இரவு உங்களுக்கு சொல்லுகிறேன்.

''என் ஆசானும் நானும் நோமாஸிரின் மாளிகையில் அன்று இரவு இருந்தோம். நோமாஸிர் தேர்ந்தெடுப்பதற்காக உயர்தர கம்பளங்களைக் கொண்டு வந்திருந்தோம். முடிவாக அவர் அவற்றிலிருந்து தனக்குப் பிடித்த வண்ணத்தில் தனக்குத் திருப்திகரமாகத் தேர்ந்தெடுத்து மகிழ்ச்சி அடைந்து எங்களை உட்கார வைத்து, அரிய ஒரு மதுபானத்தை அளித்தார்.

''பிறகு, தன் ஞானம் நிறைந்த தந்தை அர்கட்டைப் பற்றி சொன்னார். அதைத்தான் உங்களுக்கு சொல்லப் போகிறேன்.

''வழக்கப்படி பாபிலோனில் சொத்தைப் பெறுவதற்காக மகன்கள் தங்கள் தந்தைகளுடன் தான் இருப்பார்கள். அர்கட் இந்த வழக்கத்தை ஆமோதிக்கவில்லை. ஆதலால், நோமாஸிரை அழைத்து அவர் சொன்னார்:

'''என் மகனே, எனக்குப் பிறகு என் சொத்துக்கு நீ உரிமையாளனாக வேண்டும் என்பது தான் என் ஆசை. ஆனால் உன் தகுதியை நீ நிரூபிக்க வேண்டும். வெளி உலகுக்குச் சென்று தங்கத்தையும் மதிப்பையும் பெறும் தகுதியை நிரூபித்துக் காட்டு.

'''ஆரம்பத்திற்கு, உனக்கு இரண்டு சாமான்கள் அளிக்கிறேன். நான் ஏழை இளைஞனாக இருந்த போது எனக்குக் கிடைக்கவில்லை.

'''முதலில் தங்கம் நிறைந்த பையைத் தருகிறேன். நீ புத்திசாலித்தனமாக இதை உபயோகித்தால், உன் வெற்றிக்கு இது அடிப்படையாகும்.

'''இரண்டாவதாக, இந்த மண் வில்லையைத் தருகிறேன். அதில் தங்கத்தின் ஐந்து சட்டங்கள் எழுதப்பட்டிருகின்றன. தகுந்த விதத்தில் உபயோகித்தால் இவை உனக்கு தகுதியும், பாதுகாப்பும் அளிக்கும்.

'''பத்து வருடங்கள் கழித்து திரும்பி வந்து உன் தந்தையிடம் நடந்ததைச் சொல். நீ தகுதியாக இருந்தால் உனக்கு சொத்துரிமை கொடுக்கிறேன். இல்லாவிட்டால் அவற்றை மத குருவிடம் கொடுத்து ஆண்டவனுக்கு ஏற்றபடி உபயோகப்படுத்தச் சொல்வேன்.'

''இப்படியாக நோமொஸிர் தங்கம் நிறைந்த பையையும், பட்டுத் துணியில் சுற்றிய வில்லையையும், அடிமைகளையும்,

குதிரைகளையும் தன் வழி நடத்திச் சென்றான்.

''பத்து வருடங்கள் கழித்து, நோமொஸிர் தந்தையிடம் திரும்பி வந்தான். அவன் தந்தை அவனுக்காக பெரிய விருந்தை ஏற்பாடு செய்து, உறவினர்களையும் நண்பர்களையும் அழைத்திருந்தார். விருந்து முடிந்த பின், அவன் தந்தையும் தாயாரும் கூடத்தில் மிகையான நாற்காலியில், நோமொஸிர் நடந்தவற்றை சொல்வதை கேட்பதற்காக அமர்ந்தார்கள்.

''அது சாயங்காலம். எண்ணை விளக்குகளிலிருந்து புகையும் சன்னமாக வெளிச்சமும் அந்த அறையில் இருந்தன. அடிமைகள் பனை ஓலையில் செய்த விசிறிகளை வீசிக்கொண்டிருந்தார்கள். ராஜ களை கட்டியது அந்த இடம். நோமொஸிரின் மனைவியும், இரண்டு குழந்தைகளும் உன்னிப்பாக கேட்பதற்கு கம்பளங்களில் அமர்ந்தனர்.

'''என் தந்தையே,' என்று ஆரம்பித்தான் நோமொஸிர். 'உங்கள் அறிவுக்கு நான் தலை வணங்குகிறேன். பத்து வருடங்களுக்கு முன், நீங்கள் என்னை உங்கள் சொத்துக்கு அடிமையாகாமல், ஒரு ஆண்மகனாக இருக்க அனுப்பி வைத்தீர்கள்.

'''தாரளமாக உங்கள் தங்கத்தைக் கொடுத்தீர்கள். உங்கள் அறிவையும் தாராளமாக அளித்தீர்கள். அந்தோ! தங்கத்தை நான் சரியாக பயன்படுத்தவில்லை என்பதை ஒப்புக்கொள்ளுகிறேன். வேட்டையாடுபவனிடமிருந்து முயல் தப்பி ஓடுவது போல் என் அனுபவமில்லாத கைகளிலிருந்து பறந்து விட்டது.'

தந்தை புன்முறுவலிட்டு, ''தொடர்ந்து சொல் மகனே. உன் கதை எனக்கு சுவாரஸ்யமாக உள்ளது,'' என்றார்.

'''வளரும் நகரமான நினெவேவிற்கு சென்றால் சந்தர்ப்பங்கள் அதிகமாக இருக்கும் என்று முடிவெடுத்தேன். மற்ற பிரயாணிகளுடன் வண்டியில் சென்று பல நண்பர்களை சேர்த்தேன். அழகான வெள்ளைக் குதிரை வைத்திருந்த இருவர் இந்த வண்டியில் இருந்தனர். நன்கு பேசினர்.

'''பிரயாணத்தின் பொழுது, அவர்கள் இரகசியமாக என்னிடம் நினெவேயில் ஒரு செல்வந்தன் இருப்பதாகவும் அவனிடம் இருக்கும் அதிவேகமாக செல்லும் குதிரையை யாராலும் இதுவரை வெல்ல முடியவில்லை என்றும்

கூறினார்கள். அந்த குதிரையின் உரிமையாளரும் பாபிலோனியாவில் உள்ள எந்த குதிரையும் தன் குதிரையை வெல்ல முடியாது என்று பந்தயம் கட்டி இருக்கிறாராம். இந்த இருவரின் குதிரைகளைப் பார்க்க அந்த குதிரை ஒரு கழுதை போல் என்றும், சுலபமாக பந்தயத்தை வென்று விடலாம் என்றும் சொன்னார்கள்.

'''பந்தயத்தில் என்னையும் சேர்ந்து கொள்ளும்படி கேட்டனர். நானும் சம்மதித்தேன்.

'''எங்கள் குதிரை மோசமாக தோற்று, என் தங்கத்தை அதிகமாக இழந்தேன்.' தந்தை சிரித்தார். 'பிறகு தான் எனக்கு தெரிந்தது, இந்த இருவரும் சதி செய்து இது போல் பிரயாணம் செல்பவர்களை ஏமாற்றுபவர்கள் என்றும், நினெவேயில் இருந்த செல்வந்தனும் இவர்களுக்கு உடந்தை என்றும் புரிந்தது. இந்த ஏமாற்று வேலை என்னை பாதுகாத்துக் கொள்ள முதல் பாடமாக அமைந்தது.

'''சீக்கிரமே இன்னொரு கசப்பான விஷயத்தையும் அறிந்தேன். அந்த வண்டியில் இன்னொரு நண்பன் கிடைத்தான். அவனும் என்னைப் போல் வசதியான பெற்றோர்களுக்கு பிறந்து, நினெவேயில் தகுந்த இடம் தேட சென்று கொண்டிருந்தான். அங்கு சேர்ந்த பிறகு, ஒரு வியாபாரி இறந்து விட்டதாகவும், அவன் கடையையும் வணிகத்தையும் மலிவாக வாங்கலாம் என்றும் சொன்னான். இருவரும் சமபங்குதாரர்களாக இருக்கலாம் என்றும், என் தங்கத்தை வைத்து வியாபாரத்தை முடிக்கலாம் என்றும் சொன்னான். அவன் பாபிலோனுக்குச் சென்று கொண்டு வரும் தங்கத்தை எங்கள் தொழிலுக்கு பிற்காலத்தில் உபயோகப்படுத்திக் கொள்ளலாம் என்றான்.

'''அவன் பாபிலோனுக்கு செல்ல மிகவும் தாமதித்தான். இதற்குள் அவன் ஒரு செலவாளி மற்றும் வியாபாரம் செய்ய தகுதியில்லாதவன் என்று தன்னை நிரூபித்தான். நிறைவாக நான் அவனை விட்டு விலகிவிட்டேன். அதற்குள் வியாபாரமும் படுத்துப்போய் வேறு ஏதாவது வாங்குவதற்குக் கூட தங்கம் இல்லாமல் போனது. ஒரு இஸ்ரேலியனிடம் என்னிடம் இருந்ததை குறைந்த விலைக்குத் தியாகம் செய்து விட்டேன்.

'''இதைத் தொடர்ந்து இன்னும் கசப்பான விஷயங்கள் நடந்தன தந்தையே. என்னிடம் எந்த தொழில் திறமையும் இல்லாததால் வேலை தேடியும் கிடைக்கவில்லை. குதிரைகளை விற்றேன். அதிகமாக இருந்த அங்கிகளை விற்று, உணவும், தூங்குவதற்கு இடமும் தேடினேன். ஒவ்வொவொரு நாளும் தேவை கடுமையாக நெருங்கிக் கொண்டே இருந்தது.

'''ஆனால் அந்த கசப்பான நாட்களில் என் தந்தை என்மேல் வைத்திருந்த நம்பிக்கையை ஞாபகப்படுத்திக் கொண்டேன். என்னை தகுதியுள்ள மனிதனாக்க அனுப்பியதை கட்டாயம் நிரூபிக்க வேண்டினேன்.' அவன் தாயார் முகத்தை மூடி மென்மையாக அழுதாள்.

'''அந்த நேரத்தில், நீங்கள் கொடுத்த வில்லையை நினைத்தேன். பிறகு, அதில் இருந்த தங்கத்தின் சட்டங்களை படித்து, இதை முன்னமே படித்திருந்தால், என் தங்கத்தை இழந்திருக்க மாட்டேன் என்பதைப் புரிந்து கொண்டேன். ஒவ்வொரு சட்டத்தையும் மனப்பாடம் செய்து, அதிர்ஷ்ட தேவதை என்னைப் பார்த்து சிரிக்கும் நேரம், நான் மதியை பயன்படுத்துவேன், அனுபவமில்லாத இளைஞனாக இருக்க மாட்டேன் என்று நிச்சயித்துக் கொண்டேன்.

'''இன்று: இங்கு இருக்கும் உங்களின் கவனத்திற்கு, என் தந்தை பத்து வருடங்களுக்கு முன்பே வில்லையில் எழுதிய அறிவுரைகளைப் படிக்கிறேன்:

தங்கத்தின் ஐந்து சட்டங்கள்

1. எவன் அவன் சம்பளத்திலிருந்து பத்தில் ஒரு பங்கை வருங்காலத்துக்கு தன் குடும்ப நிதிக்காக சேமித்து வைக்கிறானோ அவனுக்கு தங்கம் எளிதாக வரும்.
2. உன்னதமாக வேலை செய்து லாபகரமான தொழிலை ஒருவன் நடத்தும் பொழுது, தங்கம் பன்மடங்காக உயரும். வயல்களில் பெருகும் மந்தையைப் போலப் பெருகும்.
3. அறிவுள்ளவர்களின் ஆலோசனையில் ஜாக்கிரதையாக

முதலீடு செய்பவனுக்கு தங்கம் பாதுகாப்பு தரும்.

4. தெரியாத தொழிலில் முதலீடு செய்து நஷ்டத்தை அடைபவனிடமிருந்தும் அதைப் பாதுகாக்கும் ஆற்றல் படைத்தவர்கள் கூறுவதை கேளாதவர்களிடமிருந்தும் தங்கம் விலகி விடும்.
5. கிடைக்க முடியாத அளவுக்கு பேராசைப் பிடித்தவனிடமிருந்தும், கவர்ச்சியான திட்டங்களைச் சொல்லி மயக்கும் ஏமாற்றுபவர்களின் பேச்சைக் கேட்பவனிடமிருந்தும், அனுபவமற்ற சொந்த கற்பனைத் திட்டங்களில் ஈடுபடுத்துபவனிடமும் இருந்து தங்கம் ஓடிவிடும்.

‘‘‘இவை தான் என் தந்தை சொன்ன ஐந்து சட்டங்கள். தங்கத்தை விட இவைகளை நான் அதிக மதிப்புடையவையாக கருதுகிறேன். என்னுடைய கதையை தொடருகிறேன்.’

‘‘அவன் தன் தந்தையை நோக்கினான். ‘நான் உங்களுக்கு என்னுடைய அனுபவங்கள் கொடுத்த ஏழ்மையையும் மனமுறிவின் ஆழத்தையும் பற்றிக் கூறினேன்.

‘‘‘இருப்பின், மனமுறிவுக்கு எல்லை இல்லை. நகரத்தின் வெளியில் இருக்கும் சுவர்களை கட்டும் அடிமைகளை கண்காணிக்கும் வேலை கிடைத்த பொழுது, நான் மனமுறிவை சந்தித்தேன்.

‘‘‘முதல் சட்டத்தின் அறிவால், சம்பாத்தியத்திலிருந்து ஒரு செப்புக் காசு எடுத்து வைத்தேன். ஒரு வெள்ளிக் காசு வரும்வரை இப்படிச் செய்தேன். இந்த சேமிப்பு மிகவும் மெதுவாக சென்றது ஏனென்றால் என் செலவுகளும் இருந்தன, ஆனால் பத்து வருடங்கள் கழித்து என் தந்தையிடம் நிறைய தங்கம் கொண்டு வந்து கொடுக்க வேண்டும் என்ற உறுதி மனதில் இருந்தது.

‘‘‘ஒரு நாள், என் நண்பனாகியிருந்த அடிமைகளின் தலைவன் சொன்னான், ‘‘தேவையில்லாத செலவுகள் செய்யாமல் நீ சிக்கனமாக இருக்கிறாய். உன்னுடைய சம்பளத்திலிருந்து தங்கம் சேமித்திருக்கிறாயா?’’

‘‘‘ஆம்’’ என்றேன், ‘‘என் தந்தை கொடுத்ததையும் நான் இழந்ததை மீட்கவும் நான் அதிக தங்கம் சேமிக்க ஆசையாக

இருக்கிறேன்,'' என்றேன்.

'''நல்ல குறிக்கோள், ஆனால் உன்னிடம் இருக்கும் தங்கத்தை வைத்து இன்னும் அதிக தங்கம் சம்பாதிக்க உன்னால் முடியும் என்று தெரியுமா?''

'''அந்தோ! என் தந்தை கொடுத்த காசையும் நான் தொலைத்து விட்டேன். என் கசப்பான அனுபவங்கள் தற்போது கையில் இருக்கும் சேமிப்பையும் இழக்க வைத்து விடுமோ என்று அஞ்சுகிறேன்.''

'''என்மேல் உனக்கு நம்பிக்கை இருந்தால் நான் உனக்கு லாபகரமாக தங்கத்தை கையாளுவதைப் பற்றிச் சொல்கிறேன்,'' என்றான். ''எதிரிகளிடமிருந்து நம்மை பாதுகாப்பதற்கு இன்னும் ஒரு வருடத்தில், இந்த சுவர் கட்டி முடிந்து, ஒவ்வொரு நுழைவாயிலிலும் வெங்கலக் கதவு அமைத்துவிடுவார்கள். நினெவேயில் இந்த கதவுகளைச் செய்ய போதுமான உலோகம் இல்லை. அரசரும் வழங்க ஏற்பாடு செய்யவில்லை. இதுதான் என் திட்டம். நாம் ஒரு குழு அமைத்து, நமது தங்கத்தை ஒன்று சேர்த்து, வெளி தேசங்களுக்கு அனுப்பி, அங்கிருந்து உலோகத்தை நினெவேவிற்கு வரவழைக்கலாம். அரசர் ''கதவு செய்யுங்கள்'' என்று சொன்னால், நம்மால்தான் உலோகத்தை கொடுக்க முடியும். அரசரும் நல்ல விலை கொடுப்பார். அரசர் வாங்காவிட்டால், அதை வேறு இடத்தில் நல்ல விலைக்கு விற்கலாம்.''

'''இந்த யோசனையை, நான் மூன்றாவது சட்டமான அறிவுள்ளவர்களின் ஆலோசனைக்கு ஒரு சந்தர்ப்பமாக அறிந்தேன். நான் ஏமாறவுமில்லை. எங்கள் குழு வெற்றி அடைந்து என்னுடைய சிறு சேமிப்பும் அதிகமானது.

'''தகுந்த சமயத்தில் இந்தக் குழுவில் ஒரு உறுப்பினராகி, இதுபோல் வேறு முயற்சிகளிலும் ஈடுபட்டேன். அவர்கள் தங்கத்தை உபயோகிப்பதில் அறிவாளிகளாக இருந்தார்கள். ஒவ்வொரு திட்டத்தையும் அலசி ஆராய்ந்து செயல்பட்டனர். அசலை இழக்காமல், லாபமில்லாமல் முதலீடு செய்யாது, விழிப்பாக இருந்தார்கள். என்னுடைய முட்டாள்தனமான முந்தய அனுபவங்களான குதிரை பந்தயமும், பங்குதாரராக இருந்ததும், இவர்களுக்கு தேவையற்றனவாக இருந்தன.

அவர்களைக் கேட்டிருந்தால் உடனே எனக்கு அதன் பலமின்மையை காட்டியிருப்பார்கள்.

'''இந்த குழுவில் நான் சேர்ந்ததினால், லாபம் அடைய என் தங்கத்தை முதலீடு செய்ய கற்றேன். வருடங்கள் செல்ல, என் சொத்தும் சீக்கிரமாக அதிகமானது. இழந்தது மட்டுமன்றி, அதைவிட அதிகமாகவும் சேர்ந்தது.

'''என்னுடைய துர்பாக்கியம், சோதனை, வெற்றி யாவும், திரும்பத் திரும்ப என் தந்தை சொன்ன தங்கத்தின் ஐந்து சட்டங்களை உண்மையாக்கின. எவன் இந்தச் சட்டங்களை அறியவில்லையோ, அவனுக்கு தங்கம் வராது, அவனை விட்டு சென்று விடும். ஆனால் இந்த சட்டங்களை பின்பற்றுபவனுக்கு, தங்கம் அடிமையாகி விடும்.'

''நோமொஸிர் பேசுவதை நிறுத்திவிட்டு அறையின் பின்னால் இருந்த ஒரு அடிமையைக் கூப்பிட்டான். அவன் ஒன்றன்பின் ஒன்றாக மூன்று தோல் பைகளை கொண்டு வந்தான். ஒரு பையை எடுத்து தந்தையின் முன் வைத்து:

''நீங்கள் எனக்கு பாபிலோனின் தங்கத்தை ஒரு பையில் கொடுத்தீர்கள். மாறாக சரிசமமாக நான் நினெவேயின் தங்கத்தைக் கொடுக்கிறேன். இது ஒரு சமமான பறிமாற்றம் என்று எல்லோரும் ஆமோதிப்பீர்கள் என்று நினைக்கிறேன்.

'''அறிவுசார்ந்த மண் வில்லையை கொடுத்தீர்கள். அதற்கு பதிலாக, இரண்டு பைகள் தங்கம் திருப்பித் தருகிறேன்.'' இதைச் சொல்லி, மற்ற இரண்டு பைகளையும் அடிமைகளிடமிருந்து வாங்கி தன் தந்தை முன் வைத்தான்.

'''இதில் என்ன நிரூபிக்க வேண்டுகிறேன் என்றால், தங்கத்தை விட உங்கள் அறிவை எவ்வளவு மதிக்கிறேன் என்பதாகும். இருந்தும், தங்கத்தை வைத்து யாரால் அறிவை எடை போட முடியும்? அறிவில்லாமை தங்கத்தை இழக்க வைக்கும், அறிவு இருந்தால் தங்கம் இல்லாதவர்கள் கூட தங்கத்தை அடைய முடியும். இந்த மூன்று பைகளுமே அதை தெளிவுபடுத்தும்.

'''உண்மையாக, உங்கள் அறிவினால் நான் இன்று செல்வந்தனாகவும் மதிக்கத்தக்கவனாகவும் உங்கள் முன் நிற்பதில் மிகுந்த மன நிறைவு பெறுகிறேன்.'

நோமொஸிரின் தலை மேல் அன்பாக கை வைத்து தந்தை,

'உன் பாடங்களை நன்றாக கற்றிருக்கிறாய். இத்தகைய மகனுக்கு என் சொத்தை அளிப்பதற்கு நான் மிகவும் பாக்கியசாலி,' என்றார்.

கலாபாப் கதையை முடித்துவிட்டு கேட்டுக்கொண்டிருந்த வர்களை திரனாய்வுடன் பார்த்தான்.

''நோமொஸிரின் கதையிலிருந்து என்ன தெரிந்து கொண்டீர்கள்?,'' என்று கேட்டான்.

''உங்களில் யார் உங்கள் தந்தையிடமோ மாமனாரிடமோ புத்திசாலியாக தன் சம்பாத்தியத்தை கையாண்டதைப் பற்றிக் கூறுவீர்கள்?''

''நான் அதிக பயணம் செய்து, கற்று, வேலை செய்து, சம்பாதித்தேன், ஆனால் கையில் தங்கம் சிறிதளவு தான் இருக்கிறது. சிலவற்றை விவேகத்துடன் உபயோகித்து, சிலவற்றை இழந்து, அறிவில்லாமல் மற்றவற்றை அதிகம் இழந்தேன் என்று மதிப்புத்தக்கவர்களிடம் சொல்லுவீர்களா?'

''நீங்கள் இன்னும் விதியினால் தான் சிலருக்கு அதிகமாகவும், சிலருக்கு குறைவாகவும் தங்கம் இருக்கும் என்று நினைக்கிறீர்களா? அப்படியென்றால் நீங்கள் தவறு செய்கிறீர்கள்.

''ஐந்து சட்டங்களை அறிந்து நிலையாக கையாண்டால் அவர்களுக்கு அதிக தங்கம் கிடைக்கும்.

''இதை அறிந்து செயல்பட்டதால் தான் நான் இன்று செல்வமுள்ளை வியாபாரியாக இருக்கிறேன், மந்திரத்தால் அல்ல.

''விரைவில் வரும் செல்வம், விரைவில் சென்று விடும்.

''மகிழ்ச்சியும் மனநிறைவும் கொடுக்கும் செல்வம் படிப்படியாக வரும். ஏனென்றால் அது அறிவினாலும், குறிக்கோளினாலும் வரும் குழந்தை.

''சிந்தனையாளனுக்கு அது ஒரு சிறு பளு. அந்த பளுவை வருடாவருடம் தூக்குபவன் இலக்கை அடைகிறான்.

''இந்த சட்டங்களை பின்பற்றினால் உங்களுக்கு பரிசு கிடைக்கும்.

''இந்த ஐந்து சட்டங்களில் ஒவ்வொன்றும் கருத்தில் செல்வாக்கு உடையவை. நீங்கள் இவைகளை மேற்பார்வையிட,

மீண்டும் சொல்கிறேன். அவைகளின் மதிப்பு என் சிறு வயதிலிலேயே தெரிந்ததால், மனப்பாடமாகிவிட்டன.''

தங்கத்தின் முதலாவது சட்டம்

எவன் அவன் சம்பளத்திலிருந்து பத்தில் ஒரு பங்கை வருங்காலத்துக்கு தன் குடும்ப நிதிக்காக சேமித்து வைக்கிறானோ அவனுக்கு தங்கம் எளிதாக வரும்.

''ஒவ்வொரு மனிதனும் தவறாமல் அவன் சேமிப்பிலிருந்து பத்தில் ஒரு பங்கை முதலீடு செய்தால் அவனுக்கும் அவன் குடும்பத்தின் எதிர்காலத்திற்கும் உதவியாக இருக்கும். இவ்வகையான மனிதனுக்கு தங்கம் விருப்பமுடன் வரும். இதற்கு நான் உத்தரவாதம் அளிக்கிறேன். அதிக தங்கத்தை நான் சேர்க்கும் பொழுது, அது உவப்புடன் அதிகமாகவும் வருகிறது. நான் சேமிக்கும் தங்கம் எனக்கு அதிக சம்பாத்தியம் தருகிறது, உங்களுடையதும் கூட. அப்படிச் செய்யும். அந்த சம்பாத்தியம் இன்னும் அதிகம் சம்பாதிக்கிறது. இதுதான் முதல் சட்டத்தின் செயல்முறை.''

தங்கத்தின் இரண்டாவது சட்டம்

உன்னதமாக வேலை செய்து லாபகரமான தொழிலை ஒருவன் நடத்தும் பொழுது, தங்கம் பன்மடங்காக உயரும். வயல்களில் பெருகும் மந்தையைப் போலப் பெருகும்.

''தங்கம் சுறுசுறுப்பாகவும் மகிழ்ச்சியாகவும் அதன் உரிமையாளருக்கு வேலை செய்து, மந்தைகள் வளருவது போல், பன்மடங்காகிறது. தங்கம் ஒரு புறக்கட்டுபாடற்ற

உழைப்பாளி. சந்தர்ப்பத்திற்கு சாதகமாக 'பெருக்க ஆசைப்படும். தங்கம் வைத்திருக்கும் எவனுக்கும் சந்தர்ப்பம் தகுந்த சூழலில் வந்து, லாபம் கிடைக்கும்படி செய்யும். அதிசயமான வழியில் அது பன்மடங்காகும்.''

தங்கத்தின் மூன்றாவது சட்டம்

அறிவுள்ளவர்களின்ஆலோசனையில்ஜாக்கிரதையாக முதலீடு செய்பவனுக்கு தங்கம் பாதுகாப்பு தரும்.

''தங்கம், உண்மையிலேயே, தன் உரிமையாளரிடம் ஒட்டிக் கொள்கிறது. அஜாக்கிரதையாக இருப்பவனிடமிருந்து ஓடுகிறது. அறிவானவர்களின் உபதேசத்தை கேட்டு தங்கத்தை கையாளுபவன், தன் சொத்தை பாதுகாத்து அதன் அதிகரிக்கும் செல்வாக்கையும் அனுபவிக்கிறான்.''

தங்கத்தின் நான்காவது சட்டம்

தெரியாத தொழிலில் முதலீடு செய்து நஷ்டத்தை அடைபவனிடமிருந்தும்அதைப்பாதுகாக்கும்ஆற்றல் படைத்தவர்கள்கூறுவதை கேளாதவர்களிடமிருந்தும் தங்கம் விலகி விடும்.

''தெரியாத தொழிலில் முதலீடு செய்பவனிடமிருந்து தங்கம் நழுவி விடும். தங்கம் வைத்திருப்பவன் லாபம் கிடைக்கும் வழிகள் இருந்தும், அதை சரியாக உபயோகப்படுத்த தெரியாமல் இருக்கலாம். பலதடவை சேதம் அளிக்கும் ஆனால் சரியான முறையில் புத்திசாலியானவர்கள் உபயோகித்தால், ஒரு சில லாபமும் கிடைக்கும். ஆதலால், அனுபவமில்லாதவர்கள் தன் சொந்த தீர்ப்பை நம்பி முதலீடு செய்தால், அழிவை அடைவார்கள். புத்திசாலியானவன் இதன்

அருமையை புரிந்தவர்களிடம் கேட்டு ஆலோசனை பெற்று செயல்படுவது நல்லது.''

தங்கத்தின் ஐந்தாவது சட்டம்

கிடைக்க முடியாத அளவுக்கு பேராசைப் பிடித்தவனிடமிருந்தும், கவர்ச்சியானதிட்டங்களைச் சொல்லி மயக்கும் ஏமாற்றுபவர்களின் பேச்சைக் கேட்பவனிடமிருந்தும், அனுபவமற்ற சொந்த கற்பனைத் திட்டங்களில் ஈடுபடுத்துபவனிடமும் இருந்து தங்கம் ஓடிவிடும்.

''சாகசம் புரியும் செயல்கள் போல், ஆடம்பரமான கோரிக்கைகள் தங்கத்தின் புதிய உரிமையாளருக்கு வரும். நினைக்க முடியாத சம்பாத்தியம் அவனுக்கு கிடைப்பது போல் மாயாஜாலம் காட்டும். ஆனால் அறிவுள்ளவர்களின் ஆலோசனையை கேளுங்கள். அவர்களுக்கு அவசர பணம் செய்வதற்கு உண்டாகும் இடரைப் பற்றித் தெரியும்.

''நினெவேவின் பணக்காரர்களை மறக்காதீர்கள். அவர்கள் அசலை தோற்கவும், லாபமல்லாத முதலீட்டிலும் கவனம் காண்பிக்கவில்லை.

''தங்கத்தின் ஐந்து சட்டங்களின் கதை நிறைவு பெற்றது. என்னுடைய வெற்றியின் இரகசியத்தை உங்களுக்கு சொல்லி இருக்கிறேன்.

''இவை இரகசியங்கள் இல்லை. உண்மைகள். ஒவ்வொரு மனிதனும் படித்து, பின்பற்றி, காட்டு நாய்கள் தினமும் உணவுக்கு கவலைப்படுவது போல் இல்லாமல் இருப்பதற்கு வழி.

''நாளை நாம் பாபிலோனை அடைவோம். பாருங்கள். பெல் கோபுரத்தின் மேல் எரியும் ஜ்வாலையை. தங்க நகரத்தைப் கண்டு விட்டோம். நாளை உங்கள் விசுவாசமான சேவைக்கு ஒவ்வொருவருக்கும் தங்கம் கிடைக்கும்.

''இன்று இரவிலிருந்து பத்து வருடங்கள் சென்றால்,

தங்கத்தைப் பற்றி நீங்கள் என்ன சொல்லுவீர்கள்?''

''உங்கள் நடுவில் நோமொஸிர் போல மனிதர்கள் இருந்து, தங்கத்தை தக்க வழியில் உபயோகித்து, தங்களுக்கென்று சொத்து சேர்த்து, அர்கட்டின் அறிவான வழிகாட்டை பின்தொடர்ந்தால், நிச்சயமாக அர்கட்டின் மகன் போல அவர்களும் செல்வந்தர்களாகவும் மதிக்கத்தகவர்களாகவும் இருப்பார்கள்.

''நமது புத்திசாலியான நடவடிக்கைகள் நம்முடன் வாழ்க்கையில் பயணித்து, சந்தோஷத்தையும் உதவியையும் கொடுக்கும். முட்டாள்தனமானவை நமக்கு நோயும், தொந்தரவும் கொடுக்கும். தொந்தரவு கொடுப்பதில் முதன்மையாக இருப்பவை, நாம் செய்திருக்க வேண்டியவற்றை, வந்த சந்தர்ப்பங்களை நழுவ விட்டதை ஞாபகப்படுத்தும்.

''பாபிலோனின் புதையல்கள் செல்வம் நிறைந்தவை. எவனாலும் அதன் மதிப்பை எடை போட முடியாது. ஒவ்வொரு வருடமும் அதன் மதிப்பு அதிகரித்துக் கொண்டே இருக்கிறது. எல்லா நாடுகளின் புதையலைப் போல், அவை ஒரு சன்மானம். குறிக்கோளில் உறுதியாக இருந்து அந்த செல்வத்தில் பங்கு எடுத்துக் கொள்ள மனிதர்களின் வரவை எதிர்பார்க்கிறது.

''உங்களுடைய ஆசையின் பலத்தில் ஒரு மாயாஜாலம் இருக்கிறது. அதை தங்கத்தின் ஐந்து சட்டங்களின் அறிவினால் வழிகாட்டி, பாபிலோனின் சொத்தைப் பங்கு கொள்ளுங்கள்.''

பாபிலோனில் பொற்காசை வட்டிக்கு கொடுப்பவன்

ஐம்பது பொற்காசுகளா! ரோடன் என்ற பழைய பாபிலோனின் ஈட்டி செய்பவன் இத்தனை காசுகளை தன் தோல் பையில் வைத்ததே கிடையாது. கருணையான அரசரின் மாளிகையிலிருந்து வரும் பாதையில் சந்தோஷமாக நடந்து சென்று கொண்டிருந்தான். ஒவ்வொரு படி எடுக்கும் பொழுதும் பையில் இருக்கும் காசுகள் எழுச்சியுடன் ஒலி எழுப்பின. இதுவரை இப்படி ஒரு இனிமையான இசையை அவன் கேட்டதே இல்லை.

ஐம்பது பொற்காசுகளா! எல்லாமே அவனுடையது! அவன் அதிர்ஷ்டத்தை அவனால் நம்ப முடியவில்லை. அந்த காசுகள் எழுப்பும் ஒலிக்கு என்ன சக்தி! அந்த காசுகளை வைத்து அவன் பெரிய வீடு, நிலம், மந்தைகள், ஒட்டகம், குதிரைகள், ரதங்கள், என்ன வேண்டுமானாலும் வாங்கலாம், அவன் ஆசைக்கேற்ப.

இவைகளை எப்படி உபயோகிக்கலாம்? அன்று மாலை அவன் சகோதரியின் வீட்டுக்குச் செல்லும் தெருவில் நுழைந்த பொழுது, அவன் வைத்திருந்த காசுகளைப் பற்றி எண்ணாமல் இருக்க முடியவில்லை.

சில நாட்களுக்குப் பிறகு, ஒரு மாலை நேரம், தங்கம் கடன் கொடுப்பவனும், நகைகளையும், அரிய உடைகளையும் வைத்திருக்கும் மேதானின் கடைக்குச் சென்றான். இடதும் வலதும் இருக்கும் வண்ணமிகு சரக்குகளைப் பார்க்காமல், பின்னால் இருந்த வீட்டிற்குச் சென்றான். இங்கு ஒரு கருப்பு அடிமை சேவகம் செய்ய நேர்த்தியான கம்பளத்தில் உட்கார்ந்து மேதான் உணவு உண்டு கொண்டிருந்தான்.

''உங்கள் ஆலோசனை தேவை ஏனென்றால் எனக்கு என்ன செய்வதென்று தெரியவில்லை.'' கால்களை புறம்பாக வைத்து, திறந்திருந்த தோல் மேற்சட்டையில் நெஞ்சின் பரந்த ரோமம் தெரிய நின்றான், ரோடன்.

ஒளியிழந்த குறுகிய முகமுடைய மேதான் புன்முறுவல் செய்து அவனை வரவேற்றான். ''என்ன மடமையான செயலை செய்தாய், இந்த தங்கம் கடன் கொடுப்பவனிடம் வருவதற்கு? சூதாட்டத்தில் ராசியில்லையா? பெண்ணின் வலையில் விழுந்தாயா? இத்தனை வருடங்கள் உன்னை தெரிந்ததில், ஒருமுறைக் கூட உன் கவலைக்கு என் உதவியை நாடியதில்லை.''

''இவை எதுவும் இல்லை. எனக்கு தங்கம் வேண்டாம். உங்கள் ஆலோசனை தேவை.''

''ஆஹா, இவன் என்ன சொல்கிறான். எவரும் தங்கம் கடன் கொடுப்பவனிடம் ஆலோசனைக்கு வருவதில்லை. என் காதுகளை என்னால் நம்ப முடியவில்லை.''

''அவை உண்மையைத் தான் கேட்டிருக்கின்றன.''

''அப்படியா? ஈட்டி செய்யும் ரோடன் சூழ்ச்சிக்காரனாகி விட்டான், ஏனென்றால் எவரும் என்னிடம் ஆலோசனை கேட்க வந்ததில்லை. தங்கம் கேட்டுத்தான் வருவார்கள். இருந்தாலும் கஷ்டத்தில் இருப்பவர்களுக்கு ஆலோசனை செய்ய என்னைவிடத் தகுதியானவர்கள் யார் இருக்கிறார்கள்?

''என்னுடன் உணவு அருந்து ரோடன்,'' அவன் தொடர்ந்தான். இன்று நீ என் விருந்தாளி. அண்டோல் என்ற அவனது அடிமையைக் கூப்பிட்டு, ''என்னிடம் ஆலோசனை கேட்டு வந்த என் நண்பன், ஈட்டி செய்பவன் ரோடனுக்கு ஒரு கம்பளம் விரி. என்னுடைய மாண்புமிகு விருந்தாளி அவன். அதிக உணவும், பெரிய கோப்பையும் கொண்டு வா.

அவன் சந்தோஷம் அடையும் படி நல்ல திராட்சை மதுபானம் கொண்டு வா.

''இப்பொழுது சொல். உனக்கு என்ன சங்கடம்?''

''அரசரின் பரிசு.''

''அரசரின் பரிசா? அரசரின் பரிசு உனக்கு சங்கடத்தை கொடுக்கிறதா? எந்த மாதிரியான பரிசு?''

''ஈட்டி முனைக்கு நான் கொடுத்த வடிவமைப்பு அரசருக்கு பிடித்ததால், அவர் எனக்கு ஐம்பது பொற்காசுகள் கொடுத்து என்னை குழப்பத்தில் ஆழ்த்தி விட்டார்.

''ஒவ்வொரு நாளும் என்னுடன் தங்கத்தை பங்கு கொள்ள நிறைய பேர் மன்றாடுகிறார்கள்.

''அது இயற்கை தானே. இருப்பதை விட அதிகம் தங்கம் வேண்டுபவர்கள் இருக்கிறார்கள். உன்னால் 'முடியாது' என்று சொல்ல முடியவில்லையா? உன் முஷ்டியை விட உன் மனோபலம் அதிகமாக இல்லையா?''

''நிறைய பேருக்கு என்னால் 'முடியாது' என்று சொல்ல முடியும் ஆனால் சில சமயம் 'முடியும்' என்று சொல்வது சுலபமாக உள்ளது. அன்பான தங்கைக்கு முடியாது என்று சொல்ல முடியுமா?''

''உன் பரிசை நீ அனுபவிப்பதற்கு உன் தங்கையே விடமாட்டாளா?''

''அவள் கணவன் அரமான் ஒரு பணக்கார வியாபாரியாக வேண்டும் என்று அவள் விரும்புகிறாள். அவனுக்கு சந்தர்ப்பமே கிடைக்கவில்லை என்றும் நான் அவனுக்கு கடன் கொடுத்தால், அவன் செல்வந்தனாகி கிடைக்கும் லாபத்திலிருந்து எனக்கு அதை திருப்பிக் கொடுத்துவிடுவான் என்றும் எண்ணுகிறாள்.''

''நண்பா, விவாதம் செய்வதற்கு இது நல்ல விஷயம் தான். தங்கம் ஒருவனுக்கு பொறுப்பும் மற்றவர்களிடையில் மாற்றத்தையும் கொண்டு வரும். அதை இழந்துவிடுவோம் அல்லது ஏமாந்து விடுவோம். என்ற பயமும் ஏற்படும். அது சக்தியையும் நல்லது செய்வதற்கும் உதவும் குணத்தையும் தரும். அதேபோல் சந்தர்ப்பங்கள் அவனது நல்ல எண்னங்களே அவனுக்கு சிரமத்தை கொடுக்கும்.சாத்தியமும் உண்டு.

''நினெவேயில் மிருகங்களின் பாஷையைப் புரிந்து

கொள்ளும் விவசாயியைப் பற்றி கேள்விபட்டிருக்கிறாயா? வெங்கலத்தை உருக்குபவனின் உலையில் இந்த கதையை சொல்வது இரக்கமானதல்ல. இருந்தும், உன்னிடம் சொல்கிறேன் ஏனென்றால் உனக்கு தங்கத்தை ஒரு கையிலிருந்து இன்னொரு கைக்கு கடன் வாங்குவதும், கடன் கொடுப்பதும் சாதாரண விஷயம் அல்ல என்று தெரிய வேண்டும்.

''இந்த விவசாயி, மிருகங்கள் ஒன்றுக்கொன்று பேக்கொள்வதை புரிந்திருந்ததால், ஒரு மாலை நேரம் பண்ணையில் தயங்கி நின்று கொண்டிருந்தான். ஒரு எருது கழுதையிடம் வருத்தத்துடன் தன் கஷ்டத்தைச் சொல்லிக் கொண்டிருந்தது. 'காலையிலிருந்து இரவு வரை நான் நிலத்தை உழுகிறேன். வெயில் அதிகமாக இருந்தாலும், என் கால்கள் வலுவிழந்தாலும், என் கழுத்து தேய்ந்தாலும், நான் வேலை செய்ய வேண்டும்.'' ஆனால் நீ ஓய்வை விரும்புவன். நீ ஒரு வண்ணமிகு கம்பளத்தை அணிந்து கொண்டு எஜமானர் செல்லும் இடத்திற்கு அழைத்துக் கொண்டு போகிறாய். அவர் எங்கும் செல்லாத சமயத்தில் நீ இளைப்பாறி, புல்லை மேய்ந்து கொண்டு இருப்பாய்.'

''அந்த நல்ல கழுதை எருதைப் பார்த்து அனுதாபப்பட்டது. 'என் நல்ல நண்பனே, நீ கடினமாக உழைக்கிறாய். உன் கஷ்டத்தை நான் எளிதாக்குகிறேன்,' என்றது. 'எப்படி உன்னால் ஒரு நாள் ஓய்வு எடுக்க முடியும் என்று சொல்கிறேன். காலையில் விவசாயி உழுவதற்காக உன்னிடம் வரும் பொழுது, கீழே படுத்துக் கொண்டு, உடம்பு சரியில்லாதது போல் கூச்சலிடு.'

''எருதும் கழுதையின் ஆலோசனையை ஏற்றது. மறுநாள் அடிமை தன் முதலாளியிடம் எருது சுகமில்லை என்றும் உழ வர இயலாது என்றும் கூறினான்.

'''பின் கழுதையை உழவை. வேலை நிற்கக்கூடாது,' என்றான் விவசாயி.

''அன்று நாள் முழுவதும் தன் நண்பனுக்கு ஆலோசனை சொன்ன கழுதை, எருதின் வேலையைச் செய்தது. இரவு வந்ததும், அதன் இருதயம் கசப்பாகவும், கால்கள் சோர்வாகவும், கழுத்து தேய்ந்தும் இருந்தது.

''விவசாயி அங்கேயே தங்கி கேட்டுக்கொண்டிருந்தான்.

''முதலில் எருது சொன்னது, 'நீ நல்ல நண்பன். உன்

ஆலோசனையால் எனக்கு இன்று ஓய்வு கிடைத்தது.'

'''ஆனால் நான் ஒரு வெகுளியைப்போல் நண்பனுக்கு உதவி செய்யப் போக, அவன் வேலையை செய்ய வேண்டிய நிலை வந்தது,' என்று கழுதை நினைத்துக் கொண்டது. 'இனிமேல் நீயே உழு ஏனென்றால் இன்னொரு முறை உடம்பு சுகமில்லை என்றால் கசாப்புக்காரனை அழைக்கும்படி முதலாளி அடிமையிடம் சொல்வதை நான் ஒட்டுக் கேட்டேன். அப்படித்தான் செய்ய வேண்டும் ஏனென்றால் நீ ஒரு சோம்பேறி.' இதற்குப் பிறகு இருவரும் பேசிக்கொள்ளவில்லை - அவர்கள் நட்பும் முறிந்தது. இந்த கதையிலிருந்து என்ன படிப்பினை கற்றாய் ரோடன்?''

''இது நல்ல கதை ஆனால் இதில் கற்க என்ன இருக்கிறது என்று தெரியவில்லை.''

''உனக்கு தெரியாது என்றுதான் நினைத்தேன். ஆனால் எளியதாக ஒன்று இருக்கிறது. உன் நண்பனுக்கு உதவி செய்ய நினைத்தால், உன்மேல் அந்த பளு விழாமல் பார்த்துக் கொள்ள வேண்டும்.''

''இதைப்பற்றி நான் யோசிக்கவில்லை. அறிவுள்ள படிப்பினை. என் சகோதரியின் கணவனின் பாரத்தை நான் சுமக்க விரும்பவில்லை. ஆனால் சொல்லுங்கள். நீங்கள் நிறைய பேருக்கு கடன் கொடுக்கிறீர்கள். கடன் வாங்கியவர்கள் திருப்பிக் கொடுப்பதில்லையா?''

மேதான் அனுபவசாலிகளுக்கே உரித்தான புன்னகையை விடுத்தான். ''திருப்பிக் கொடுக்காவிட்டால் கடனுக்கு என்ன மரியாதை? கொடுத்த கடன் திருப்பி வருமா அல்லது வாங்கியவனை கடனாளியாகவே வைத்து விடுமா என்று மதி இல்லாமல் வட்டிக்காரன் கடன் கொடுப்பானா? என்னிடம் இருக்கும் சில சீட்டுகள் தங்கள் கதையைச் சொல்லும்.''

வெங்கல வேலைப்பாடு செய்த பன்றியின் தோலால் மூடப்பட்ட ஒரு பெட்டியை கொண்டு வந்தான். தரையில் உட்கார்ந்து தன் இரு கைகளையும் மூடியின் மேல் வைத்தான்.

''கடன் கொடுக்கும் ஒவ்வொருவனுக்கும் ஒரு சீட்டு எழுதி வாங்கிக் கொள்வேன். வாங்கிய கடனை அவர்கள் திருப்பிக் கொடுக்கும் பொழுது, அந்த சீட்டை திருப்பிக் கொடுப்பேன். அவர்கள் கடனை திருப்பிக் கொடுக்காவிட்டால் என்னுடைய

நம்பிக்கைக்கு துரோகம் செய்தவர்களை ஞாபகம் வைத்துக் கொள்வேன்.

''என் சீட்டுப்பெட்டியின் கணிப்பில் பாதுகாப்பான கடன் எதுவென்றால், ஒருவனிடம் இருக்கும் சொத்து அவன் ஆசைப்படுவதையும் விட அதிக மதிப்புள்ளதாக இருக்க வேண்டும். அவர்களிடம் இருக்கும் நிலமோ, ஆபரணங்களோ, ஒட்டகமோ, இல்லை வேறு எதுவோ விற்றால் கடனை திருப்பிக் கொடுத்து விடலாம். சில ஆபரணங்கள் கடன் கொடுத்ததை விட அதிக மதிப்புடன் இருக்கும். சிலது உறுதிமொழிகளாக இருக்கும். திருப்பிக் கொடுக்க முடியவில்லை என்றால், ஏதாவது சொத்தைத் தருவார்கள். இந்த வகையான கடன்கள் எனக்கு உறுதி அளிக்கின்றன, ஏனென்றால் சொத்தின் மேல் இருக்கும் கடன் அசலும் வட்டியும் பொற்காசுகளாக வந்து விடும்.

சில வர்கத்தினர் சம்பாதிக்கும் நிலையில் இருப்பார்கள். உன்னையும் என்னையும் போல் வேலை செய்து சம்பளம் வாங்குபவர்களாக இருப்பார்கள். அவர்களிடம் வருமானம் இருக்கும். நேர்மையானவர்களாக இருந்து, சேதம் இல்லாமல் இருந்தால், வாங்கிய கடனையும் வட்டியையும் திருப்பிக் கொடுத்து விடுவார்கள். இந்த வகையான கடன்கள் மனித முயற்சிக்கானது.

''வேறு சிலர் சொத்தும் இல்லாமல், சம்பாதிக்கும் திறனும் இல்லாமல் இருப்பவர்கள். அவார்களின் வாழ்க்கை கடினமானது. சிலருக்கு அதை சமாளிக்கத் தெரியாது. இவர்களுக்கு நான் கொடுக்கும் கடன், சிறியதாக இருந்தாலும், இவர்கள் நம்பத்தக்கவர்கள் என்று என் நண்பர்கள் சிபாரிசு செய்தாலொழிய, என் சீட்டுப்பெட்டி என்னை திட்டிக் கொண்டே இருக்கும்.''

மேதான் மூடியைத் திறந்தான். ரோடன் ஆர்வமாக உள்ளே எட்டிப் பார்த்தான்.

மேலாக ஒரு சிவப்பு துணியில் வெங்கல கழுத்து ஆபரணம் இருந்தது. மேதான் அதை எடுத்து அன்போடு தடவினான். ''இது எப்பொழுதும் என் பெட்டியில் இருக்கும் ஏனென்றால் அதன் சொந்தக்காரன் மறைந்து விட்டான். அவன் ஒரு நல்ல நண்பன். அவன் ஞாபகமாக நான் இதை பொக்கிஷமாக

வைத்திருக்கிறேன். நாங்கள் இருவரும் வியாபாரம் செய்து வெற்றி அடைந்தோம். கிழக்கிலிருந்து ஒரு அழகான பெண்ணை மணம் செய்து கொண்டான். அந்தப் பெண் நம் பெண்களைப் போல அல்ல. அவள் ஆசைகளை நிறைவேற்ற அதிக செலவு செய்தான். காசுகள் மறைந்ததும் கஷ்டத்தில் என்னிடம் வந்தான். அவனுக்கு ஆலோசனை செய்தேன். அவன் முன்போல் தழைப்பதற்கு நான் உதவுவதாகச் சொன்னேன். அவனும் காளை மாட்டின் குறியின் மேல் சத்தியம் செய்தான். ஆனால் அது நடக்கவில்லை. ஒரு வாக்குவாதத்தில் அவள் அவன் இருதயத்தில் கத்தியை பாய்ச்சிவிட்டாள்.

''அவள் என்ன ஆனாள்?'' என்று கேட்டான் ரோடன்.

''இது அவளுடையதுதான்,'' அதை கையிலெடுத்தான். தவறுக்கு வருந்தி அவள் யூஃப்ரேடஸ் நதியில் குதித்து விட்டாள். இந்த இரு கடன்களும் என்றுமே திரும்பி வராது. ரோடன், இந்த பெட்டி சொல்லுவது என்னவென்றால், வட்டிக்காரர்களுக்கு அதிக உணர்ச்சிவசப்பட்டவர்கள் எப்பொழுதும் இடர்தான்.

''இதோ! இது வேறுபட்டது.'' எருதின் எலும்பில் செய்த ஒரு மோதிரத்தை எடுத்தான். ''இது ஒரு விவசாயினுடையது. அவனுடைய மாந்தர்களிடமிருந்து நான் கம்பளம் வாங்குவேன். பூச்சிகள் கம்பளங்களை அரித்து விட்டதால் அவர்கள் உணவில்லாமல் இருந்தார்கள். என் உதவியால் பயிர் செய்து, கடனை திருப்பிக் கொடுத்தார்கள். பிறகு அவன் தூர தேசத்து பயணி ஒருவன் அபூர்வமான ஆடுகளைப் பற்றி சொன்னான் என்றான். அவைகளின் ரோமம் மிருதுவாக இருப்பதாகவும் பாபிலோனிலேயே அழகான கம்பளம் பின்னுவதற்கு ஏற்றதாக இருக்கும் என்றும் சொன்னான். அவனுக்கு அந்த மந்தை தேவைப்பட்டது ஆனால் வாங்க காசு இல்லை. நான் அவனுக்கு தங்கத்தை கடனாகக் கொடுத்து மந்தையை வாங்கி வரும்படிச் சொன்னேன். இப்பொழுது அந்த மந்தை வளர்ந்து விட்டது. அடுத்த வருடம் பாபிலோனின் சீமான்களுக்கு விலையுயர்ந்த கம்பளங்களை மந்தையிலிருந்து தயாரித்து வாங்க வைப்பேன். சீக்கிரம் இந்த மோதிரத்தை நான் திருப்பித் தரவேண்டும். அவன் நேரம் தவறாமல் கடனைத் திருப்பிக் கொடுப்பவன்.''

''சில கடன் வாங்குபவர்கள் இப்படிச் செய்வார்களா?'' என்று கேட்டான் ரோடன்.

''பணம் திரும்பி வரும் எனும் குறிக்கோள் இருந்தால் இப்படி நடக்கும். ஆனால் குறிக்கோள் இல்லாமல் கடன் வாங்கினால், உன் கையில் அந்த தங்கம் திரும்பி வராது.''

''இதைப் பற்றி சொல்லுங்கள்,'' வேலைப்பாடு செய்து, கற்கள் பொருத்திய தங்க வளையலை எடுத்துக் கேட்டான் ரோடன்.

''என் நண்பனுக்கு பெண்கள் மீது ஈர்ப்பு இருக்கிறது,'' என்று மேதான் பரிகாசம் செய்தான்.

''நான் உங்களை விடச் சிறியவன்,'' என்று பதிலளித்தான் ரோடன்.

''அது உண்மை. ஆனால் நீ காதல் செய்ய இது ஏற்றதல்ல. இதன் சொந்தக்காரி குண்டாக, சுருக்கம் விழுந்த, பைத்தியம் பிடிக்கும் அளவுக்குப் பேசுபவள். ஒரு காலத்தில் அவர்களிடம் பணம் இருந்து நல்ல வாடிக்கையாளர்களாக இருந்தார்கள். பிறகு நஷ்டம் ஏற்பட்டது. அவள் மகனை வியாபாரியாக்க நினைத்தாள். அவள் மகன் ஒட்டகங்களை ஊர் ஊராக ஓட்டிச் சென்று பேரம் பேசி விற்கும் வண்டியின் சொந்தக்காரன் ஒருவனுடன் சேர்ந்து தொழில் செய்வதற்காக என்னிடம் வந்து தங்கம் கடனாக வாங்கினாள்.

''அந்த வண்டியின் சொந்தக்காரன் போக்கிரி என்பது தெரிந்தது. ஒரு தூர தேசத்தில் அவள் மகன் தூங்கிக் கொண்டிருக்கும் பொழுது, பணமும் இல்லாமல், நண்பர்களும் இல்லாமல் விட்டு விட்டு சென்று விட்டான். இந்த இளைஞன் வளர்ந்த பிறகு என் பணத்தைத் திருப்பிக் கொடுக்கலாம். அதுவறை எனக்கு வட்டி கிடைக்காது - பேச்சுதான் கிடைக்கும். ஆனால் இந்த ஆபரணம் கடன் கொடுத்ததற்கு பெறுமதியானது.''

''இந்த பெண்மணி வாங்கும் கடனைப் பற்றி ஆலோசித்தாளா?''

''மாறாக அவள் தன் மகன் பாபிலோனில் மிகுந்த அதிகாரமும் செல்வந்தனாகவும் இருக்கப்போவதை கற்பனை செய்திருந்தாள். எதிராக நான் சொன்னால் அவள் கோபப்படுவாள். அந்த அனுபவமில்லாத இளைஞன்

அனுபவிக்கப் போகும் இடரை நான் அறிந்தேன் ஆனால் அவள் பிணையம் கொடுத்ததால் என்னால் மறுக்க முடியவில்லை.

''இது நெபடுர் எனும் ஒட்டகம் விற்பவனுடையது'' கயிற்றால் கட்டிய முடிச்சு ஒன்றை மேதான் காட்டினான். ''அவன் வசதிக்கு மேல் மந்தை வாங்க ஆசைபட்டால், என்னிடம் ஒரு முடிச்சைக் கொடுத்து கடன் வாங்கிச் செல்வான். அவன் ஒரு அறிவுள்ள வியாபாரி. பாபிலோனில் என் நம்பிக்கைக்கு இணையாக அதிகமாக மதிக்கத்தக்க வியாபாரிகள் இருக்கிறார்கள். அவர்களின் சீட்டுகள் என் பெட்டியில் வந்து போகும். நல்ல வியாபாரிகள் நமது நகரத்திற்கு ஒரு சொத்து. அவர்களுக்கு உதவி செய்வதினால் பாபிலோன் வளர்ந்தால் எனக்கும் லாபம் தான்.''

மேதான் நீலப்பச்சை கல்லில் இழைத்த ஒரு பூச்சியை தரையில் வெறுப்புடன் வீசியெறிந்தான். ''இது எகிப்தின் பூச்சி. இதைக் கொடுத்தவனுக்கு என் தங்கத்தைத் திருப்பிக் கொடுக்க கவலையே இல்லை. பழித்துக் கேட்டால், 'விதி எனக்கு சதி செய்தால், நான் எப்படி கொடுக்க முடியும்? உன்னிடம் இன்னும் நிறைய இருக்கிறது.' நான் என்ன செய்வது. இது அவன் தந்தையுடையது. சிறிதளவு வைத்திருக்கும் மதிப்புள்ளவர். அவர் நிலத்தையும், மந்தையையும் கடனாக வைத்து தன் மகனின் தொழிலுக்கு உதவியிருக்கிறார். அந்த இளைஞன் முதலில் வெற்றி அடைந்தான் பிறகு அதிக செல்வம் அடைய பேராசை கொண்டான். அவன் அறிவு பருவமடையாதது. அவன் தொழிலும் மடிந்தது.

''இளைஞர்கள் பேரார்வம் கொண்டவர்கள். செல்வத்தையும் அது தரும் ஆசைகளையும் அடைய குறுக்கு வழியைத் தேடுபவர்கள். சீக்கிரமாக செல்வத்தை அடைய அறிவில்லாமல் கடன் வாங்குகிறார்கள். அனுபவமில்லாததால், படுகுழியில் விழுந்து வெகு நாட்களுக்கு திண்டாடுகிறார்கள். அந்த படுகுழி துன்பமும் வெறுமையும் கொண்டது. சூரியனின் வெளிச்சம் தேய்ந்து இரவிலும் அமைதியற்ற தூக்கமும் கொடுத்தால் வருந்தத்தக்கதாக்கும். இருந்தும் நான் தங்கத்தை கடனாக பெறக்கூடாது என்று சொல்லவில்லை. அதை நான் வரவேற்கிறேன். ஒரு நல்ல குறிக்கோளுக்கு அதை சிபாரிசு செய்கிறேன். நானே கடன் வாங்கிய தங்கத்தில் தான்

என்னுடைய முதல் வெற்றியை அடைந்தேன்.''

''இந்த சமயங்களில் வட்டிக்காரன் என்ன செய்ய வேண்டும்? இளைஞன் மனமுறிவில் இருந்து ஒன்றும் சாதிப்பதில்லை. அவன் ஊக்கமிழக்கிறான். திருப்பிக் கொடுக்க அவன் முயற்சி எடுப்பதில்லை. அவன் தந்தை நிலத்தையும் மந்தையையும் இழப்பதில் என் மனம் இறுகுகிறது.''

''நீங்கள் சொல்லும் அனைத்தும் எனக்கு சுவாரசியமாக இருக்கிறது,'' என்றான் ரோடன். ''ஆனால் என் கேள்விக்கு பதில் கிடைக்கவில்லை. என் சகோதரியின் கணவனுக்கு ஐம்பது பொற்காசுகளை கடன் கொடுப்பதா வேண்டாமா? இவை எனக்கு மிகவும் அரிது.''

''உன் சகோதரி ஒரு திடமான பெண். அவளை நான் மிகவும் மதிக்கிறேன். அவள் கணவன் என்னிடம் கடன் கேட்டால், எதற்காக வேண்டும் என்று கேட்பேன்.

''என்னைப்போல் நகைகளையும் ஆபரண விரிப்புகளையும் வைத்து வியாபாரம் செய்யப் போகிறேன் என்று சொன்னால், 'உனக்கு இதில் என்ன அனுபவம் இருக்கிறது? குறைந்த விலையில் எங்கு வாங்க வேண்டும்? எங்கு நல்ல விலைக்கு விற்க முடியும்?' என்று கேட்டால் அவன் 'முடியும்' என்று பதிலளிப்பானா?'

''இல்லை, அவனால் முடியாது,'' என்றான் ரோடன். ''ஈட்டி செய்ய நான் அவனுக்கு உதவியிருக்கிறேன், கடைகளிலும் அவன் உதவியிருக்கிறான்.''

''பிறகு, அவன் நோக்கம் அறிவற்றது என்பேன். வியாபாரிகள் தங்கள் தொழிலை அறிய வேண்டும். அவன் இலட்சியம் போற்றத்தக்கதாக இருந்தாலும் நடைமுறைக்கு சாத்தியமில்லை. நானும் அவனுக்கு தங்கம் கடனாக கொடுக்க மாட்டேன்.''

''ஆனால் அவன் வியாபாரிகளுக்கு உதவி செய்திருக்கிறேன், ஸ்மய்ர்னாவிற்குச் சென்று குடும்பத்தலைவிகள் நெய்யும் கம்பளங்களை குறைந்த விலையில் வாங்கியிருக்கிறேன், பாபிலோனில் எந்த செல்வந்தரிடம் விற்பது என்று தெரியும், என்று சொன்னால், பிறகு நான் சொல்வேன், 'உன் நோக்கம் அறிவுள்ளது, உன் இலட்சியம் போற்றத்தக்கது. எனக்கு திருப்பித்தருவேன் என்று உத்தரவாதம் கொடுத்தால், நான்

உனக்கு ஐம்பது பொற்காசுகள் தருவேன். 'பிறகு அவன் சொல்வான்,' உத்தரவாதத்திற்கு என்னிடம் எதுவும் இல்லை ஆனால் நான் மதிப்பிற்குரியவன். கடனைத் திருப்பிக் கொடுத்து விடுவேன்.' என்னுடைய பதில் இதுவாக இருக்கும், ஒவ்வொரு காசையும் நான் மதிக்கிறேன். நீ ஸ்மய்ர்னாவிற்கு 'செல்லும் வழியில் திருடர்கள் உன்னிடமிருந்து காசையும், கம்பளங்களையும் திருடிவிட்டால், உன்னால் என் தங்கத்தை திருப்பித் தர முடியாது.'

''தங்கம் என்பது கடன் கொடுப்பவனின் வணிகப் பொருள். ரோடன். கடன் கொடுப்பது சுலபம். அறிவற்று கொடுத்தால் திருப்பி வாங்குவது கடினம். அறிவுள்ள வட்டிக்காரன், ஆபத்து இல்லாமல் அது திரும்பி வரும் உத்திரவாதத்தைத் தான் எதிர்பார்க்கிறான்.

''கஷ்டத்தில் இருப்பவர்களுக்கு உதவுவது நல்லது,'' என்றான், விதி அவர்கள் மேல் கனமான கையை வைத்தால், அவர்களுக்கு உதவ வேண்டும். நன்றாக ஆரம்பித்து, முன்னேறி, நல்ல குடிமகன்களாக வருவோருக்கு உதவி செய்ய வேண்டும். ஆனால் உதவி அறிவுடன் கொடுக்க வேண்டும். இல்லையேல், கழுதையின் கதையைப் போல் ஆகிவிடும்.

''நான் மறுபடியும் உன் கேள்வியிலிருந்து திசை மாறி விட்டேன் ரோடன். என் பதிலைக் கேள்: உன் ஐம்பது பொற்காசுகளை வைத்துக் கொள். உன் வேலைக்கு கிடைத்த வருமானம், உன் சன்மானம், உனக்குத்தான். நீ விரும்பினாலொழிய யாராலும் அதை வாங்கிக் கொள்ள முடியாது. கடனாக கொடுத்தால் அதிக காசு வரும் என்று நீ நம்பினால், ஜாக்கிரதையாக கொடு. எனக்கு பயனற்ற தங்கம் பிடிக்காது. இடரும் பிடிக்காது.''

''நீ எத்தனை வருடங்களாக ஈட்டி செய்து கொண்டிருக்கிறாய்?''

''மூன்று வருடங்களாக.''

''அரசரின் சன்மானத்தைத் தவிர நீ எவ்வளவு சேமித்திருக்கிறாய்?''

''மூன்று பொற்காசுகள்.''

''ஒவ்வொரு வருடமும் உன் ஆசைகளை தவிர்த்து ஒரு காசை சேமித்திருக்கிறாயா?''

''ஆம், நீங்கள் சொல்வது போல் தான்.''

''பிறகு, உன்னை வருத்திக் கொண்டு, ஐம்பது வருடங்களில் ஐம்பது காசுகள் சேர்த்திருப்பாயா?''

''வாழ்நாள் முழுதும் செய்யும் வேலை அது,''

''உன் சகோதரி உன் சேமிப்பை ஆபத்துக்குள்ளாக்கி தன் கணவன் தன் வியாபாரத்தை பரிசோதிக்க வேண்டும் என்று நினைப்பாளா?''

''உங்கள் வார்த்தையில் சொல்லாவிட்டால் அப்படித்தான் நடக்கும்.''

''அவளிடம் போய் சொல்: 'என் ஆசைகளை துறந்து, மூன்று வருடங்கள் இரவும் பகலும் உழைத்திருக்கிறேன். என் ஆசைகளை நிராகரித்திருக்கிறேன். ஒவ்வொரு வருட உழைப்பும், ஆத்ம தியாகமும் ஒரு தங்கக் காசை அளித்திருக்கிறது. நீ என்னுடைய பிரியமான சகோதரி. உன் கணவன் வியாபாரத்தில் வெற்றி பெற வேண்டும் என்று நானும் விருப்பப்படுகிறேன். உன் கணவன் ஒரு திட்டத்தை என்னிடம் கொடுத்தால், அதை என் நண்பன் மேதான் ஏற்றால், நிச்சயமாக நான் என் சேமிப்பை தருகிறேன். அது வழியாக உன் கணவன் வியாபாரத்தில் முன்னேறட்டும்.' இதைச் சொல். அவனுக்கு வெற்றி பெற வேண்டும் என்ற ஆன்மா இருந்தால் அதை நிரூபிப்பான். தோல்வி பெற்றால் என்றோ ஒரு நாள் உனக்கு திருப்பித் தருவான்.

''நான் தங்கத்தை வட்டிக்குக் கொடுப்பவன். என் தொழிலின் தேவைக்கு அதிகமாகவே என்னிடம் தங்கம் இருக்கிறது. அதிகமாக இருக்கும் தங்கம் மற்றவர்களுக்கு வேலை செய்து இன்னும் அதிகமாக தங்கம் சம்பாதிக்க ஆசை. நான் கஷ்டப்பட்டு சம்பாதித்ததை இடரில் இழக்க விரும்பவில்லை. ஆத்மதியாகம் செய்து கடினமான வேலையால் கிடைத்த இந்த செல்வம். ஆகையால் எனக்கு நம்பிக்கை இல்லாத இடத்தில் கொடுக்க மாட்டேன். அதன் வருவாயும் எனக்கு திரும்பி வரவேண்டும்.

''என் பெட்டியில் இருந்த சில இரகசியங்களை உனக்கு சொல்லியிருக்கிறேன் ரோடன். இதிலிருந்து மனிதனின் பலவீனமும், கடன் வாங்கும் பொழுது இருக்கும் திடன் திருப்பிக் கொடுக்கும் பொழுது இல்லாமல் போனதும்

புரிந்திருக்கும். தங்கமும் இருந்து, சம்பாதிப்பதற்கு அதிகமான எதிர்ப்பார்புகளும் இருந்து, அதை நிறைவேற்ற ஆற்றல் இல்லையென்றால், அந்த எதிர்பார்ப்பு பொய்யாகி விடும்.

''ரோடன், இப்பொழுது உன்னிடம் தங்கம் இருக்கிறது. அதை வைத்து அதிகமாக சம்பாதிக்க முடியும். நீயும் என்னைப்போல் தங்க வட்டிக்காரனாகி விடுவாய். பொக்கிஷத்தை நன்றாக பாதுகாத்தால், உனக்கு வருமானம் கொடுக்கும். வாழ்நாள் முழுதும் நீ சந்தோஷமாகவும் லாபகரமாகவும் இருக்கலாம். ஆனால், அது உன்னிடமிருந்து ஓடி விட்டால், உனக்கு நினைவு இருக்கும்வரை துன்பத்தையும், வருத்தப்படுதலையும் தான் அனுபவிப்பாய்.''

''உன் பையில் இருக்கும் தங்கத்தை என்ன செய்ய வேண்டும் என்று ஆசைப்படுகிறாய்?''

''பாதுகாப்பாக வைக்க வேண்டும்.''

''அறிவுள்ள பேச்சு,'' மேதான் ஆமோதித்தான். ''உன் முதல் ஆசை பாதுகாப்பு. உன் சகோதரியின் கணவனிடம் பாதுகாப்பாக இருக்கும் என்று நினைக்கிறாயா?''

''இல்லை, ஏனென்றால் அவன் தங்கத்தை பாதுகாப்பதில் புத்திசாலி இல்லை.''

''பின், முட்டாள்தனமான உணர்ச்சிகளுக்கு இடம் கொடுக்காதே. குடும்பத்திற்கும் நண்பர்களுக்கும் உபகாரம் செய்ய வேண்டும் என்று நினைத்தால் வேறு ஏதாவது சேய். உன் பொக்கிஷத்திற்கு இடர் விழைவிக்காதே. பாதுகாக்க தெரியாதவர்களிடமிருந்து தங்கம் எதிர்பாராத வகையில் வழுக்கிச் சென்று விடும். மற்றவர்கள் தொலைப்பதை விட நீயே அதை ஊதாரித்தனமாக செலவழிக்கலாம்.

''பாதுகாப்பை அடுத்து வேறு என்ன வேண்டும் இந்த தங்கத்திற்கு?''

''அது இன்னும் அதிகம் சம்பாதிக்க வேண்டும்.''

''மறுபடியும் நீ அறிவுடன் பேசுகிறாய். அது வருவாயைத் தந்து மேலும் வளர வேண்டும். மனிதன் முதியவனாவதற்குள் கடன் கொடுத்த தங்கம் இரட்டிப்பாகும். இடர் நேர்ந்தால், எலலாவற்றையும் இழந்து விடுவாய்.

''உன் தங்கத்தை அசாதாரண வழியில் சம்பாதிக்க வைக்கும் சாத்தியமற்ற மனிதர்களின் விந்தையான

திட்டங்களால் சாயாமல் இரு. அது கனவு காண்பவர்களின் வழிகள். பழமைவாதியாக இருந்து உன் சேமிப்பை வைத்து சந்தோஷமாக இரு. அதிக வட்டி வரும் எனும் உத்திரவாதம் அழிவை காட்டும்.

''வெற்றி அடைந்தவர்களின் சகவாசத்தை நாடி, அவர்களின் ஆலோசனைகளால் உன் செல்வத்தை பாதுகாப்பாக வைத்திரு.

''இப்படியாக தகுதியில்லாதவர்களுக்கு ஆண்டவன் தங்கத்தைக் கொடுத்து அவர்கள் துர்பாக்கியம் அடைந்தது போல், உன் துரதிர்ஷடத்தையும் தவிர்ப்பாய்.''

ரோடன் அவன் அறிவுரைக்கு நன்றி சொல்லும் பொழுது, ''அரசரின் சன்மானம் உனக்கு நல்ல அறிவைக் கொடுக்கும். அந்த ஐம்பது பொற்காசுகளை விவேகமுடன் வைத்திரு. நிறைய சபலங்கள் வரும். நிறைய ஆலோசனைகளும் கொடுப்பார்கள். அதை பெருக்க சந்தர்ப்பங்களும் வரும். பையிலிருக்கும் காசு நழுவதற்குள் அதை பத்திரமாக வைப்பதற்கு என் சீட்டுப் பெட்டி உன்னை எச்சரிக்கும். இன்னும் என்னுடைய ஆலோசனை வேண்டுமென்றால், நீ திரும்பி வரலாம். தாராளமாக கொடுப்பேன்.

''நீ போவதற்கு முன்னால் என் பெட்டியின் மூடியில் இழைத்திருப்பதைப் படி. கடன் கொடுப்பவனுக்கும் கடன் வாங்குபவனுக்கும் பொருந்தும்:

முன்னெச்சரிக்கை துயரத்திற்கு மேல்

பாபிலோனின் சுவர்கள்

வயதான அந்த காலத்துப் போர்வீரன் பன்ஸர் பாபிலோனின் சுவர்களின் வாயிலில் காவல் காத்திருந்தான். சுவர்களுக்கு மேலே வீரமான காப்பாளர்கள் சுவரைக் காப்பதற்குச் சண்டையிட்டுக் கொண்டிருந்தனர். ஆயிரமாயிரம் குடிமக்களின் வாழ்வு இவர்களை நம்பி இருந்தது.

சுவரின் மேலிருந்து எதிரியின் கர்ஜனையும், மனிதர்களின் கூச்சலும், மிதிபட்ட குதிரிகளின் கூக்குரல்களும், பாபிலோனின் கதவுகளை இடிக்கும் காதைப் பிளக்கும் சத்தமும் கேட்டுக் கொண்டிருந்தது.

கதவைக் காப்பதற்கு கதவுக்கும் பின்னால் ஈட்டியுடன் வீரர்கள் தயாராக இருந்தார்கள். ஒரு சிலரே இருந்தனர். பாபிலோனின் படை அரசருடன் கிழக்கே இருக்கும் எலமைட்ஸில் ஆய்வுப் பயணத்தில் இருந்தார்கள். இந்த தாக்குதலை எதிர்பார்க்கததால், ஒரு சிலரே இங்கு இருந்தனர். திடீரென்று வடக்கிலிருந்து அஸிரியன் படை தாக்கியது. சுவர்கள் நிலைக்கவில்லை என்றால், பாபிலோன் அழிந்து விடும்.

பன்ஸரைச் சுற்றி கும்பலாக இருந்த குடிமக்கள், சண்டையின் செய்தியைக் கேட்க வெளிர்முகத்துடன் பயந்து போய் நின்று கொண்டிருந்தனர். அமைதியான மலைப்பில் இறந்தவர்களையும் காயம் பட்டவர்களையும் எடுத்துக் கொண்டு செல்வதையும் பார்த்துக் கொண்டிருந்தனர்.

இதுதான் தாக்குதலின் முக்கியமான புள்ளி. மூன்று நாட்கள் நகரைச் சுற்றிய பிறகு, இன்று திடீரென்று கதவை தாக்கியிருக்கிறார்கள்.

சுவரின் மேலே இருக்கும் வீரர்கள், ஏறும் பலகைகளிலும், ஏணிகளிலும் வரும் எதிரியை அம்புகளினாலும், சுடும் எண்ணையினாலும், தாக்கினர்; அதையும் தாண்டி மேலே ஏறினால் ஈட்டிகளால் சண்டையிட்டனர். வீரர்களை நோக்கி எதிரியின் வில்லாளிகள் சரமாரியாக அம்புகளை எய்து கொண்டு இருந்தனர்.

வயதான பன்ஸர், செய்தி கிடைக்கும் பொருத்தமான இடத்தில் இருந்தான். சண்டையிடுபவர்களின் அருகாமையில் இருந்து நடப்பதை முதலில் அறிந்து கொண்டான்.

ஒரு முதிய வியாபாரி அவன் அருகில் வந்து, ''சொல்! சொல்!'' என்றான். ''அவர்களால் உள்ளே வர முடியாது. என் மகன்கள் அரசருடன் இருக்கிறார்கள். என் வயதான மனைவியைக் காப்பாற்ற எவரும் இல்லை. என் வணிகத்தை அவர்கள் திருடி விடுவார்கள். உணவையும் விட்டு வைக்க மாட்டார்கள். நாங்கள் வயதானவர்கள், அடிமைகளாக இருக்க முடியாது. நாங்கள் பட்டினி கிடந்து மாய்ந்து விடுவோம். அவர்கள் உள்ளே வர இயலாது என்று சொல்.''

''அமைதியாக இருங்கள் வியாபாரியே,'' என்றான் பன்ஸர். ''பாபிலோனின் சுவர்கள் பலமானவை. கடை வீதிக்கு திரும்பிச் சென்று உங்கள் மனைவியிடம், அரசரின் சொத்துக்கள் பாதுகாக்கப்படுவது போல், உன் உடைமைகளும் பாதுகாப்பாக இருக்கும் என்று சொல்லுங்கள். அம்புகள் உங்களைத் தாக்காமல் இருக்க, சுவரின் அருகாமையில் இருங்கள்!''

குழந்தையுடன் ஒரு பெண்மணி வந்து, ''மேலேயிருந்து என்ன தகவல்? உண்மையைச் சொல். நான் என் கணவனுக்கு அச்சுறுத்த வேண்டும். காயத்தினால் வந்த காய்ச்சலுடன்

படுத்திருக்கிறார். இருந்தும், அவர் ஈட்டியும், கவசமும் அணிந்தால் அது என்னையும் குழந்தையையும் காப்பாற்றும் என்று நினைக்கிறார். எதிரிகள் உள்ளே வந்தால் அவர்களின் வஞ்சம் கொடூரமாக இருக்கும் என்கிறார்,'' என்றாள்.

''கலங்காதீர்கள் தாயே. பாபிலோனின் கதவுகள் உங்களையும் உங்கள் குழந்தையையும் காப்பாற்றும். அவை உயரமாகவும் பலமாகவும் இருக்கின்றன. சூடான எண்ணையை எதிரியின் மேல் கொட்டும் நம் வீரர்களின் குரலைக் கேட்கவில்லையா?''

''கேட்கிறது, ஆனால் எதிரி நமது கதவுகளை இடிக்கும் சத்தமும் கேட்கிறது.''

''கணவரிடம் திரும்பி செல்லுங்கள். கதவுகள் பலமாகவும், இடியாது என்றும் சொல்லுங்கள். மேலும் ஏறுபவர்களுக்கு ஈட்டியின் தாக்குதல் தான் கிடைக்கும். ஜாக்கிரதையாக செல்லுங்கள்.''

பன்ஸர் உதவிப் படைகள் செல்வதற்கு இடம் கொடுத்தான். வெங்கல கவசங்கள் கிண்கிணிக்க அவர்கள் முன்னேறும் பொழுது, ஒரு சிறு பெண் அவன் இடுப்பு வளையத்தை இழுத்தாள்.

''சொல்லுங்கள் வீரரே! நாம் பாதுகாப்பாக இருக்கிறோமா? பயங்கரமான சத்தம் கேட்கிறது. இரத்தம் வழியும் மனிதர்களைப் பார்க்கிறேன். எனக்கு பயமாக இருக்கிறது. என் குடும்பம், என் தாய், என் தம்பி, கடைசி குழந்தை எல்லோரும் என்ன ஆவார்கள்?''

வயதான பன்ஸர் கண்களைச் சிமிட்டி, தாடையை முன்னோக்கி தள்ளி, குழந்தையிடன் சொன்னான்.

''பயப்படாதே சிறுமியே. பாபிலோனின் சுவர்கள் எல்லோரையும் காப்பாற்றும். உன்னைப் போல் பலரும் பாதுகாப்பாக இருப்பதற்கு தான், அரசி ஸெமிராமிஸ் நூறு வருடங்களுக்கு முன் இதை கட்டினாள். இதுவரை அது உடைக்கப்படவில்லை. திரும்பிச் சென்று உன் தாயாரிடமும், தம்பியிடமும், குழந்தையிடமும், பாபிலோனின் சுவரகள் பலமாக இருப்பதாகவும், பயப்பட வேண்டாம் என்றும் சொல்.''

ஒவ்வொரு நாளும் பன்ஸர் காவல் காத்தான்.

உதவிப்படைகள் வழியில் இறப்பவர்களையும் காயப்படுபவர்களையும் நிலைகாத்தனர். அவனைச் சுற்றி, கவலையுடன் குடிமக்கள் சூழ்ந்து சுவர் இடியாமல் இருக்குமா என்று கேட்டுக் கொண்டிருந்தனர். எல்லோருக்கும் பணிவாக, ''பாபிலோனின் சுவர்கள் உங்களைப் பாதுகாக்கும்,'' என்று சொல்லிக் கொண்டிருந்தான்.

மூன்று வாரங்கள் ஐந்து நாட்கள் தாக்குதல் வன்முறையுடன் தொடர்ந்தது. காயப்பட்டவர்களின் இரத்தம் மண்ணோடு கலந்து, எண்ணற்ற மனிதர்கள் தடுமாறிச் செல்வதைப் பார்த்து பன்ஸரின் தாடை இறுகியது. ஒவ்வொரு நாளும் எதிரியின் வதைக்கப்பட்ட உடல்கள் சுவரின் பக்கத்தில் குவிந்தன. ஒவ்வொரு இரவும் அவர்களின் தோழர்கள் அவர்களைப் புதைக்க எடுத்துச் சென்றனர்.

நான்காவது வாரம் ஐந்தாவது நாள் இரவு சத்தம் குறைந்தது, புழுதியைக் கிளப்பிக் கொண்டு பின்வாங்கும் எதிரியை மறு நாள் சூரிய ஒளி காண்பித்தது.

காப்பாற்றுபவர்களின் கரகோஷம் எழுந்தது. அதன் அர்த்தத்தை தவறாக எண்ண முடியாது. சுவருக்குப் பின்னால் இருந்த படைகளும் ஆரவாரித்தன. குடிமக்களும் மறு ஒலி எழுப்பினர். ஒரு புயலைப்போல அது நகரத்துள் பெருகியது.

மக்கள் வீடுகளிலிருந்து வெளியே வந்தனர். வீதிகளில் கூட்டம் நிரம்பியது. இத்தனை வாரங்களாக இருந்த பயம் இப்பொழுது சந்தோஷமாக மாறியது. பெல் கோபுரத்திலிருந்து வெற்றியின் நெருப்பு எழுந்தது. எல்லா பக்கமும் இந்த செய்தி நீல வானிலே மிதந்தது.

பாபிலோனின் சுவர்கள் இன்னொரு முறை அதன் பொக்கிஷங்களையும், அடிமைகளையும் எதிரியிடமிருந்து காப்பாற்றியது.

பாபிலோன் நூற்றாண்டுகளுக்கு மேல் *முழுவதுமாக காப்பாற்றப்பட்டிருந்தது.* வேறு விதமாக இருப்பது தகுதியற்றது.

மனிதனின் தேவைகளும் பாதுகாப்புக்கான ஆசைகளும் பாபிலோனின் சுவர்களை ஒரு உதாரணமாக காட்டின. இந்த ஆசை மனிதனின் இயல்பு. என்றும் போல் இன்றும் அது

பலமாக இருக்கிறது. ஆனால் அந்த குறிக்கோளை அடைய நமது திட்டங்கள் விரிவாகி, முன்னேற்றத்தை கொடுக்கின்றன.

இந்த நாள், காப்பீடு, வங்கி சேமிப்பு, முதலீடு இவை எல்லாம் நம் கதவைத் தட்டி, நம்முன் உட்காரும் எதிர்பாராத சோகங்களிலிருந்து நம்மைக் காப்பவை.

போதுமான பாதுகாப்பு இல்லாமல்
நம்மால் வாழ முடியாது

பாபிலோனின் ஒட்டக வணிகன்

பசி அதிகமானால், புத்தி தெளிவாகும் - உணவின் மணமும் உணர்ச்சியுடையதாக இருக்கும்.

அஸூரின் மகன் தர்கட் இப்படித்தான் நினைத்தான். இரண்டு நாட்களாக தோட்டத்திலிருந்து திருடிய இரண்டு சிறிய அத்திப் பழங்களைத் தான் உண்டிருந்தான். இன்னொமொரு பழம் எடுப்பதற்குள் கோபமான பெண்மணி அவனை தெருவில் துரத்தினாள். அவன் சந்தையில் நடக்கும் பொழுது கூட அவளின் கீச்சுக் குரல் அவன் காதுகளில் ரீங்காரித்தது. அது அவன் சந்தையில் இருக்கும் பெண்களின் கூடைகளிலிருந்து பழங்களைத் திருடுவதை தடுத்தது.

பாபிலோன் சந்தையில் இவ்வளவு உணவும் வாசனையும் இருக்கும் என்று அவன் உணர்ந்ததில்லை. சந்தையை விட்டுச் சென்று, ஒரு விடுதியின் வாயிலில் இங்கும் அங்கும் நடந்தான். யாராவது தெரிந்தவர்கள் வந்தால், அவர்களிடமிருந்து ஒரு செப்புக் காசை கடன் வாங்கி, விடுதியில் சாப்பிடலாம் என்று நினைத்தான். காசு இல்லையென்றால், விடுதியாளன் அவனை வரவேற்க மாட்டான் என்று அவனுக்கு தெரியும்.

யோசனையில் இருந்த பொழுது, தான் பார்க்கக்கூடாது என்று நினைத்த, உயரமான ஒட்டக வணிகன் தெபாஸிரை நேருக்கு நேர் கண்டான். சிறிது கடன் வாங்கியிருந்த எல்லா நண்பர்களையையும் விட தெபாஸிரை பார்த்து சங்கடப்பட்டான். ஏனென்றால் அவனுக்கு கொடுத்த வாக்கை காப்பாற்ற முயவில்லை.

இவனைப் பார்த்ததும் தேபாஸிரின் முகம் மலர்ந்தது. ''ஆஹா, தர்கட், நான் பார்க்க நினைத்தவனை பார்த்து விட்டேன். கடன் வாங்கிய இரண்டு செப்புக் காசையும் அதற்கு முன் வாங்கிய ஒரு வெள்ளிக்காசையும் திரும்ப வாங்க முடியும் என்று நினைக்கிறேன். இன்று எனக்கு அந்த காசுகள் தேவைப்படுகின்றன. என்ன சொல்கிறாய்?'' என்றான்.

தர்கட் முகம் வெளுத்து தடுமாறினான். வயிறும் காலியாக இருந்ததால், தேபஸிருடன் வாக்குவாதம் செய்ய அவனுக்கு பலமில்லை. ''மன்னித்துக்கொள், மன்னித்துக்கொள், இன்று என்னிடம் செப்பும் இல்லை, வெள்ளியும் இல்லை,'' என்று பலவீனமாக பதிலளித்தான்.

''பின் கொண்டு வா,'' தெபாஸிர் வலியுறுத்தினான். ''உனக்கு தேவைப்பட்ட பொழுது, உன் தந்தையின் பழைய நண்பன் கருணையில் கொடுத்த காசை திருப்பிக் கொடுக்க முடியவில்லையா?''

''துரதிர்ஷ்டம் என்னைத் துரத்துகிறது, ஆதலால் என்னால் திருப்பிக் கொடுக்க முடியவில்லை.''

''துரதிர்ஷ்டமா! உன்னுடைய பலவீனத்திற்கு ஆண்டவன் மேல் பழி சுமத்துவாயா? திருப்பிக் கொடுப்பவனை விட கடன் வாங்க நினைப்பவனை தான் துரதிர்ஷடம் துரத்தும். என்னுடன் வா மகனே. எனக்கு பசிக்கிறது. உண்ணும் பொழுது, உனக்கு ஒரு கதை சொல்கிறேன்.''

தேபாஸிரின் வெளிப்படையான பேச்சு தர்கட்டை தயங்க வைத்தது. ஆனால் விடுதிக்குள் செல்ல நல்ல ஒரு வாய்ப்பாக கருதினான்.

தேபாஸிர் ஒரு அறையின் மூலையில் அவனைத் தள்ளினான். சிறு கம்பளங்கள் மீது உட்கார்ந்தார்கள்.

கௌஸ்கார் என்ற உரிமையாளைர் சிரித்துக்கொண்டே வந்ததும், சுதந்திரமாக அவனிடம், ''பாலைவனத்திலிருந்து

குண்டு பல்லியும், ஆட்டின் காலின் பழுப்பும் சாறும், ரொட்டியும் எல்லா காய்கறிகளையும் கொண்டு வா. எனக்கு பசிக்கிறது. நிறைய உணவு வேண்டும். என் நண்பனையும் மறந்து விடாதே. அவனுக்கு ஒரு பானை தண்ணீர் கொண்டு வா. குளிர்ந்த நீராக கொண்டு வா, ஏனென்றால் வெளியே மிகவும் சூடாக இருக்கிறது.''

தர்கட்டின் இதயம் மூழ்கி விட்டது. இந்த மனிதன் ஆட்டுக்காலை உண்ணும் பொழுது இவன் தண்ணீர் குடிக்க வேண்டுமா? அவன் ஒன்றும் சொல்லவில்லை. ஒன்றும் சொல்வதற்கு தோணவில்லை.

தேபாஸிருக்கு அமைதியாக இருப்பதைப் பற்றி ஒன்றும் தெரியாது. சிரித்துக் கொண்டே அங்கு இருந்தவர்களுக்கு கை அசைத்துக் கொண்டே தொடர்ந்தான்.

''ஒரு பயணியிடமிருந்து கேள்விப்பட்டேன், உர்ஃபா எனும் நகரத்திலிருந்து ஒரு பணக்காரன் வந்திருப்பதாக. அவனிடம் மிகவும் சன்னமாக ஒரு கல் இருப்பதாகவும், அதற்குள் பார்க்க முடியும் என்றும் சொன்னான். அவன் அதை வீட்டின் ஜன்னலில் மழை வராமல் இருப்பதற்கு வைத்திருந்தான். அது மஞ்சள் நிறமாகவும், அதனூடே பார்த்தால் எல்லாமே விந்தையாக தெரிகிறது என்றும் சொன்னான். நீ என்ன சொல்லுகிறாய் தர்கட்? உலகம் இருக்கும்படி இல்லாமல் வேறு வண்ணங்களில் தெரியும் என்று நினைக்கிறாயா?''

''அப்படியா,'' என்றான் தர்கட். அவன் நினைவெல்லாம் தேபாஸிருக்கு முன் இருந்த ஆட்டின் கால் மேல் தான் ஸ்வாரிசயம் இருந்தது.

''அது உண்மை என்று எனக்குத் தெரியும் ஏனென்றால் நானே உலகத்தை பல வண்ணங்களில் பார்த்திருக்கிறேன். நான் உனக்கு சொல்லப் போகும் கதை எப்படி உலகத்தை சரியான வண்ணத்தில் பார்த்தேன் என்பது தான்.''

''தேபாஸிர் கதை சொல்லப் போகிறான்,'' என்று பக்கத்தில் இருந்தவர்கள் கிசுகிசுத்து தங்கள் கம்பளங்களை அருகே இழுத்துக் கொண்டனர். மற்றவர்களும் தங்கள் உணவைக் கொண்டு வந்து அரை வட்டத்தில் அமர்ந்தனர். தர்கட்டின் காதுகளில் விழும்படி இரசமுள்ள எலும்புகளை சுவைத்தனர். அவனுக்கு மட்டும் உணவு இல்லை. தேபாஸிர் அவனை

கேட்கவுமில்லை. கீழே விழுந்திருந்த சிறு துண்டு ரொட்டியைக் கூட அவனை எடுத்துக் கொள்ளும்படி சைகை செய்யவில்லை.

ஆட்டுக்காலை கடித்தபடியே, தேபாஸிர் பேசலானான், ''என் சிறு வயதிலே நடந்த கதையை நான் எப்படி ஒட்டக வணிகன் ஆனேன் என்பதைச் சொல்லப் போகிறேன்.

ஆச்சரியமாக முணுமுணுத்தவர்களை கண்டு தேபாஸிர் மன நிறைவு கொண்டான்.

''நான் சிறுவனாக இருந்த பொழுது,'' என்று தொடர்ந்தான் தேபாஸிர், ஆட்டைக் கடித்தபடியே, ''என் தந்தையின் தொழிலான சேணம் செய்வதை கற்றேன். அவருடன் கடையில் வேலை செய்து கொண்டே, ஒரு பெண்ணையும் மணந்து கொண்டேன். இளைஞனாக இருந்ததாலும், அனுபவமில்லாததாலும், என் மனைவியை சந்தோஷமாக வைத்திருக்க, நான் குறைந்த அளவே சம்பாதித்தேன். நல்லவற்றை வாங்க ஆசை இருந்தது ஆனால் பணம் இல்லை. விரைவில் சில கடைக்காரர்கள் எனக்கு சாமான்கள் கொடுத்து விட்டு, அதற்கான காசை பிறகு வாங்கிக் கொள்ளுமளவுக்கு நம்பிக்கை வைத்தார்கள்.

''இளைஞனாகவும், அனுபவமில்லாதனாகவும் நான் இருந்ததால், வரவுக்கு அதிகமாக செலவு செய்பவன் பிறகு துன்பத்தை அடைவான் என்று தெரியவில்லை. ஆக, என் தகுதியை மீறி, உயர்ந்த ஆடைகளும், ஆடம்பரங்களையும் என் மனைவிக்கும் வீட்டுக்கும் வாங்கினேன்.

''முடிந்த அளவு கடைக்காரர்களுக்கு கொடுத்தேன். சில காலங்களுக்கு எல்லாம் நன்றாக சென்றது. என் சம்பளத்தில் தினப்படி வாழவும், கடனை திருப்பிக் கொடுக்கவும் இயலவில்லை என்பதை அறிந்தேன். கடன்காரர்கள் தொந்தரவு செய்தார்கள். என் வாழ்க்கை வெறுப்பாகி விட்டது. நண்பர்களிடம் கடன் வாங்கினேன் ஆனால் திருப்பித்தர முடியவில்லை. நிலமை மோசமாகிவிட்டது. என் மனைவி தன் தந்தையிடம் சென்று விட்டாள். நானும் பாபிலோனை விட்டு வேறு நகரத்தில் வேலை தேட நிச்சயித்தேன்.

''இரண்டு வருடங்கள் பிரியாணி வண்டி வைத்திருக்கும் வணிகரிடம் வேலை செய்து, அமைதியற்ற வெற்றியில்லாத வாழ்க்கை வாழ்ந்தேன். இதிலிருந்து, பாதுகாப்பற்ற

வண்டிகளிலிருந்து திருடுபவர்களுடன் சேர்ந்தேன். என் செய்கை ஒரு மதிப்புள்ள தந்தையின் மகனுடைய செயலாக இல்லை. ஆனால் நான் ஒரு வண்ணக் கண்ணாடியில் உலகத்தைப் பார்த்து கொண்டிருந்தேன். பெருமதியின்மையை அறியவில்லை.

''முதல் திருட்டில் வெற்றி கிடைத்தது. தங்கமும், பட்டும், விலையுயர்ந்த வணிகமும் கைப்பற்றி, கிரினுக்கு சென்று செலவு செய்தோம்.

''இரண்டாவது முறை அவ்வளவு அதிர்ஷ்டம் கிடைக்கவில்லை. நாங்கள் கைப்பற்றியவுடன், பக்கத்தில் இருக்கும் ஊரின் ஈட்டிக்காரர்கள் எங்களை தாக்கினார்கள். அவர்களை வண்டிக்காரர்கள் பாதுகாப்புக்காக நியமித்திருந்தார்கள். எங்களின் இரண்டு தலைவர்கள் இறந்துவிட்டார்கள். மீதமுள்ளவர்களை டமஸ்கஸிற்கு அழைத்து சென்று, எங்கள் உடைமைகளை எடுத்துக் கொண்டு, எங்களை அடிமைகளாக்கி விட்டார்கள்.

''ஒரு பாலைவனத் தலைவன் என்னை இரண்டு வெள்ளிக் காசுகளுக்கு வாங்கினான். மொட்டை அடித்து, கோவணம் அணிந்து, மற்ற அடிமைகளைப்போல் இருந்தேன். கவனக்குறைவாக இருந்தேன் நான், என் முதலாளி என்னை தன் நான்கு மனைவிகளிடம் அலியாக வைத்துக் கொள்ளச் சொல்லும்வரை, அடிமைத்தனத்தை ஒரு தீரச்செயல் என்றே எண்ணினேன்.

''பிறகு தான் என் நம்பிக்கையற்ற நிலைமையை உணர்ந்தேன். இந்த பாலைவன மனிதர்கள் குரூரமான சண்டைக்காரர்கள். கையில் ஆயுதமும் இல்லாமல், தப்பிக்கவும் முடியாமல், அவர்களின் விருப்பத்திற்கேற்ப நடக்க வேண்டியதாயிற்று.

''அந்த நான்கு பெண்மணிகளும் என்னை பார்த்த பார்வையே எனக்கு பயமாக இருந்தது. அவர்களுடைய கருணையை எதிர்பார்க்க முடியுமா என்று யோசித்தேன். ஸிரா என்ற முதல் மனைவி மற்றவர்களைவிட வயதானவள். உணர்ச்சியற்ற முகத்துடன் என்னைப் பார்த்தாள். அவளிடம் இருந்து கருணையை எதிர்ப்பார்க்காமல் திரும்பினேன். இரண்டாவது மனைவி, ஏராளமான அழகுள்ள பெண்;

ஏளனமாக என்னை ஒரு புழுவைப் போல் பார்த்தாள். அடுத்த இருவரும் என்னைப் பார்ப்பதே ஒரு விகடம் என்பது போல் என்னைப் பார்த்து உள்ளுக்குள் சிரித்தனர்.

அவர்களின் தீர்ப்பை அறிவதற்கு ஒரு யுகம் போலானது. ஒவ்வொருவரும் மற்றவரின் தீர்மானத்திற்காக காத்திருந்தார்கள். கடைசியில் ஸிரா உணர்ச்சியற்ற குரலில் பேசினாள்.

''எங்களிடம் அலிகள் உள்ளனர் ஆனால் ஒட்டக வணிகர்கள் சிலர் தான் இருக்கிறார்கள், அவர்களும் எதற்கும் உதவாதவர்கள். நான் என் சீக்கான தாயாரைப் பார்க்க செல்வதென்றால், என் ஒட்டகத்தை ஓட்டிச் செல்ல எந்த அடிமையையும் நம்ப முடியவில்லை. இவன் என் ஒட்டகத்தை ஓட்டிச் செல்வானா என்று கேள்.''

''என் எசமான் என்னிடம் கேட்டார், 'உனக்கு ஒட்டகங்களைப் பற்றி என்ன தெரியும்?'

''என்னுடைய பரபரப்பை காட்டிக் கொள்ளாமல், 'என்னால் அவைகளை முட்டி போட வைக்க முடியும், அவைகளின் மீது பளு ஏற்ற முடியும், சளைக்காமல் நீண்ட பயணங்கள் மேற்கொள்ள முடியும். தேவைப்பட்டால் அவைகளின் உபகரணங்களை சரி செய்ய முடியும்,' என்றேன்.

'''ஸிரா இந்த அடிமை உண்மையைப் பேசுகிறான். 'உங்களுக்கு வேண்டுமென்றால், இவ்னை உங்கள் ஒட்டக வணிகனாக வைத்துக் கொள்ளுங்கள்.'

''ஆக, என்னை ஸிராவிடம் ஒப்படைத்தார்கள். அன்று ஒட்டகத்தில் அவரின் சீக்கான தாயாரைப் பார்க்க நீண்ட பயணம் மேற் கொண்டேன். இந்த சந்தர்ப்பத்தை உபயோகித்து, ஸிராவிற்கு பிறப்பால் நான் ஒரு அடிமை இல்லை என்றும், சுதந்திரமான தந்தைக்கு மகனென்றும், பாபிலோனின் மதிக்கத்தக்க சேணம் செய்பவன் என்றும் கூறினேன். என் கதையையும் அதிகமாகச் சொன்னேன். அவளுடைய பதில் எனக்கு குழப்பமாக இருந்தாலும், அவள் சொன்னதைப் பற்றி பிறகு யோசித்தேன்.

'''உன்னுடைய இயலாமையே உன்னை இந்த நிலைக்கு கொண்டு வந்திருக்கும் பொழுது, உன்னை சுதந்திரமானவன் என்று எப்படி அழைத்துக் கொள்ளலாம்? தண்ணீர் அதன்

மட்டத்தைத் தேடுவது போல, எப்படி பிறந்திருந்தாலும், அடிமையின் ஆன்மா அவனை அடிமையாகத் தானே ஆக்கும்? அவனிடம் சுதந்திரமான ஆன்மா இருந்தால், அவன் துரதிஷ்டத்திற்கும் அப்பாற்பட்டு, நகரத்தில் மதிப்புள்ளவனாக இருந்திருக்க மாட்டானா?'

''ஒரு வருடம் நான் அடிமையாக இருந்தேன், ஆனால் அவர்களைப் போல ஆக முடியவில்லை. ஒரு நாள், ஸிரா என்னிடம் கேட்டாள், 'மற்ற அடிமைகள் எல்லோரும் சேர்ந்து சந்தோஷமாக இருக்கும் பொழுது, நீ மட்டும் ஏன் தனியாக உன் கொட்டகையில் இருக்கிறாய்?'

''அதற்கு நான் பதிலளித்தேன், 'நீங்கள் சொன்னதைப் பற்றி யோசித்துக் கொண்டிருக்கிறேன். என் ஆன்மா அடிமைகளைப் போல இல்லாததால், நான் தனியாக இருக்கிறேன்.'

'''நானும் தனியாகத்தான் இருக்கிறேன்,' என்றாள் அவள். 'என் வரதட்சணை அதிகமாக இருந்ததால், என் தலைவர் என்னை திருமணம் செய்து கொண்டார். ஆனால் அவர் என்னை ஆசைப்படவில்லை. ஒவ்வொரு பெண்ணும் ஆசையத்தான் எதிர்ப்பார்ப்பாள். இதனாலும், நான் மலடு என்பதாலும், மகனோ மகளோ இல்லையென்பதால், நான் தனியாக இருக்க வேண்டும். நான் ஒரு ஆண்பிள்ளையாக இருந்தால் அடிமையாக இருக்க மாட்டேன். என்ன செய்வது. நம் மரபு, பெண்களை அடிமைகளாக்கி விடுகிறது.'

'''என்னைப் பற்றி நீங்கள் என்ன நினைக்கிறீர்கள்,' என்று திடீரென கேட்டேன். 'என்னுடைய ஆன்மா மனிதனுடையதா அல்ல அடிமையுடையதா?'

'''உனக்கு பாபிலோனில் வாங்கிய கடனை திருப்பிக் கொடுக்க ஆசை இருக்கிறதா?' என்று கேட்டாள்.

'''ஆசை இருக்கிறது ஆனால் வழி தெரியவில்லை.'

'''நீ இத்தனை வருடங்கள் திருப்தியாக கடனை திருப்பிக் கொடுக்க முயற்சி எடுக்காமல் இருந்ததனால், உன்னிடம் வெறுருக்கப்பட வேண்டிய அடிமையின் ஆன்மா தான் இருக்கும் என்று கருதுகிறேன். சுய கௌரவம் இல்லாதவனும் கடனை திருப்பிக் கொடுக்க முடியாதவனும் இப்படித்தான் இருப்பான்.''

'''ஆனால் ஸிரியாவில் அடிமையாக இருக்கும் நான் என்ன

செய்ய முடியும்?'

'''ஸிரியாவிலேயே அடிமையாக இரு, வலிமையற்றவனே!'

'''நான் வலிமையற்றவன் இல்லை,' என்று கோபமாக பதிலளித்தேன்.

'''பின் நிரூபி.'

'''எப்படி?'

'''உங்கள் அரசன் எதிரிகளை அவனிடம் இருக்கும் பலத்தால் எவ்வழியியிலும் சண்டையிடுவதில்லையா? உன் கடன் தான் உன் எதிரி. உன்னை பாபிலோனிலிருந்து துரத்தி விட்டது. அதை தனியாக விட்டதால், உன்னைவிட அது பலசாலியாகிவிட்டது. மனிதனைப் போல் அதை எதிர்த்திருந்தால், நீ வெற்றி அடைந்து உன் நாட்டிலேயே மதிக்கத்தக்கவானக இருந்திருப்பாய். ஆனால் உன்னிடம் எதிர்க்கும் ஆன்மா இல்லாததால், உன் மதிப்பையும் இழந்து, இப்பொழுது ஸிரியாவின் அடிமையாகி விட்டாய்.'

''நான் மனதளவில் அடிமை இல்லையென்று எண்ணி அவளின் கருணையற்ற குற்றச்சாட்டுகளையும் தற்காப்பான வார்த்தைகளையும் பற்றி யோசித்தேன். இருந்தும் அதை உபயோகப்படுத்த எனக்கு தருணம் கிடைக்கவில்லை. மூன்று நாட்களுக்கு பிறகு ஸிராவின் சேவகி என்னை அவளிடம் கூட்டிச் சென்றாள்.

'''என் தாயார் மீண்டும் உடல் நலமில்லாமல் இருக்கிறார். உடனே என் கணவனின் இரண்டு ஒட்டகங்களை தயார் படுத்து. நீண்ட பிராயணத்திற்கு தேவையான நீர். தோல் மற்றும் சாணப் பைகளையும் கட்டி வை. சேவகி உனக்கு கூடாரத்தில் உணவளிப்பாள்.' நான் ஒட்டகங்களை தயார் செய்து, எடுத்துச்செல்ல வேண்டிய அதிகமான பண்டங்களைப் பார்த்து யோசித்தேன், ஏனென்றால் அவர்களின் தாயார் இருக்கும் இடம் ஒரு நாள் பயணத்திலேயே முடிந்துவிடும். என் தலைவியின் ஒட்டகத்தை நான் ஓட்ட, சேவகி இரண்டாவது ஒட்டகத்தில் பின் தொடர்ந்தாள். அவள் தாயாரின் வீட்டை அடைந்த பொழுது இருட்டி விட்டிருந்தது. ஸிரா சேவகியைப் போகச் சொல்லிவிட்டு என்னிடம் சொன்னாள்:

'''தேபாஸிர், உன்னுடைய ஆத்மா சுதந்திரமானவனானதா இல்லை அடிமையானதா?'

‘‘‘சுதந்திரமானவனது தான் என்னுடைய ஆன்மா,’ என்றேன்.

‘‘‘இதுதான் அதை நிரூபிக்கக் கூடிய தருணம். உன் எசமானும் அவர் அதிபரும் மயக்கத்தில் இருக்கிறார்கள். இந்த ஒட்டகங்களை எடுத்துக் கொண்டு ஓடி விடு. உன் முதலாளியைப் போல மாறுவேடம் புரிய இந்தப் பையில் அவர் துணிமணி இருக்கிறது. என் சீக்கான தாயாரைப் பார்க்க சென்ற பொழுது, நீ ஒட்டகங்களை எடுத்துக் கொண்டு ஓடிவிட்டாய் என்று நான் உன் எசமானிடம் சொல்லி விடுகிறேன்.’

‘‘‘உங்களுக்கு ஒரு மஹாராணியின் ஆன்மா,’ என்றேன், ‘நீங்கள் சந்தோஷமாக இருப்பதற்கு என்னால் முடிந்ததை செய்ய ஆசைப்படுகிறேன்.’

‘‘‘அயல் நாட்டில் தெரியாத மனிதர்களிடையில் ஒரு ஓடிப்போன மனைவிக்கு சந்தோஷம் கிடைக்காது. உன் வழி செல். தண்ணீரும் உணவும் கிடைக்காத நீண்ட பிரயாணத்தில் பாலைவனத்தின் ஆண்டவன் உனக்கு துணை புரிவான்.’

‘‘இதற்குமேல் எனக்கு உந்துதல் தேவைப்படவில்லை. அவளுக்கு நன்றி சொல்லிவிட்டு, இரவில் மறைந்தேன். இந்த நகரத்தைப் பற்றி எனக்கு தெரியாது, ஆனால் பாபிலோனுக்கு செல்ல எந்த வழியில் செல்ல வேண்டும் என்று ஓரளவு தெரிந்தது. வரண்ட பாலைவனத்திலிந்து மலையை நோக்கிச் சென்றேன். ஒரு ஒட்டகத்தை ஓட்டி இரண்டாவதை பின்னால் வரும்படி செய்தேன். எசமானின் சொத்தை திருடிக்கொண்டு ஓடும் ஒரு அடிமையின் விதியை நினைத்து, அன்று இரவும் அடுத்த நாளும் பயணம் செய்தேன்.

‘‘அன்று மதியம், பாலைவனத்தைப் போல இருந்த ஒரு நாட்டை அடைந்தேன். அங்கிருந்த கூரிய கற்கள் ஒட்டகங்களின் கால்களை சிராய்த்ததால், அவைகள் மெதுவாகவும் வலியுடனும் நடந்தன. இந்த வரவேற்காத பாலைவனத்தில் எந்த மனிதனும், மிருகமும் இருக்க முடியாது என்று புரிந்தது, ஏனென்றால் வழியில் எவரையும் நான் காணவில்லை.

‘‘அது உயிருடன் இருந்தால் சொல்ல விரும்பும் ஒரு சில மனிதர்களின் பயணம். பல நாட்கள் பயணித்தோம். உணவும் நீரும் தீர்ந்துவிட்டன. சூரியனின் வெப்பம் தாங்க முடியவில்லை. ஒன்பதாவது நாள் இறுதியில் நான்

ஒட்டகத்திலிருந்து இறங்கினேன். வலிமையில்லாததால் மறுபடி ஒட்டகத்தில் ஏறுவது கடினமாகவும், இந்த கைவிடப்பட்ட நாட்டில் இறந்து விடுவேன் என்ற அச்சமும் வாட்டியது.

''நிலத்தில் படுத்து உறங்கி சூரிய உதயத்தில் எழுந்தேன்.

''உட்கார்ந்து என்னை சுற்றிலும் பார்த்தேன். காலை காற்று குளிர்ச்சியாக இருந்தது. என் ஒட்டகங்கள் கொஞ்சம் தொலைவில் சோர்வாக இருந்தன. என்னைச் சுற்றிலும், கல்லும், மண்ணும், முட்களும் தான் இருந்தன. தண்ணீரோ உணவோ எதுவும் தென்படவில்லை.

''என் முடிவு இந்த அமைதியான இடத்தில்தானா? என் மனது தெளிவாக இருந்தது. உடல் முக்கியமில்லை என்று தோணியது. என் உலர்ந்த வெடித்த உதடுகள், தடித்த நாக்கு, காலியான வயிறு, இவை யாவும் முதல் நாள் இருந்த வேதனையைக் கூட இழந்து விட்டிருந்தன.

''வரவேற்க முடியாத தூரத்தைப் பார்த்தேன். அதே கேள்வி மறுபடியும் வந்தது. 'என்னுடைய ஆன்மா சுதந்திரமானவனுடையதா அல்லது அடிமையினுடையதா?' அடிமையின் ஆன்மாவாக இருந்தால், நான் இங்கேயே படுத்து இறக்க வேண்டும். ஓடிப்போன அடிமைக்கு சரியான முடிவாக இருக்கும் என்று தெளிவாக தெரிந்தது.

'''ஆனால் சுதந்திர மனிதனின் ஆன்மா என்றால், என்ன செய்வான்? நிச்சயமாக, பாபிலோன் சென்று, கடன்களைத் திருப்பிக் கொடுத்து, என்னை விரும்பும் மனைவிக்கும் என் பெற்றோர்களுக்கும் அமைதியையும் சந்தோஷத்தையும் கொடுப்பவனாவேன்.

''ஸிரா சொன்னாள், 'உன் எதிரியான கடன் உன்னை பாபிலோனை விட்டு விரட்டி விட்டது.' ஆம். அதுதான் சரி. ஏன் நான் ஆண் மகனாக நிற்கவில்லை? ஏன் என் மனைவியை தன் தந்தையிடம் செல்ல அனுமதித்தேன்?

''பிறகு, ஒரு விந்தை நடந்தது. ஒரு கண்ணாடி தெரிந்தது. உலகத்தை நான் வேறு வண்ணங்களில் அந்த கண்ணாடியினுள் கண்டேன். கண்ணாடி மறைந்து விட்டது. வாழ்க்கையின் உண்மையான மதிப்பு இப்பொழுதுதான் தெரிகிறது.

''பாலைவனத்தில் மடிவதா! இல்லை! புது கண்ணோட்டத்தில் நான் என்ன செய்ய வேண்டும் என்று

தெரிந்தது. முதலில் பாபிலோன் திரும்பிச் சென்று, கடன் வாங்கிய ஒவ்வொருவனுக்கும் அதை திருப்பிக் கொடுக்க வேண்டும். பல வருட பயணங்களுக்குப் பிறகு ஆண்டவனின் அனுமதியால் அவர்களின் கடனை திருப்பிக் கொடுக்க வந்திருக்கிறேன் என்று அவர்களிடம் சொல்ல வேண்டும். அடுத்து, என் மனைவிக்கு ஒரு வீடு கட்டி, என் பெற்றோர்கள் பெருமைப்படும்படி ஒரு நல்ல குடிமகனாக வேண்டும்.

''என் கடன் என் எதிரி, ஆனால், என்னை நம்பி மதித்து கொடுத்ததால் அதைக் கொடுத்தவர்கள் என் நண்பர்கள்.

''தடுமாறி எழுந்தேன். பசிக்கும் தாகத்துக்கும் என்ன அவசியம்? அவை பாபிலோன் செல்லும் வழியில் நடந்த நிகழ்வுகள். எதிரியை வென்று, நண்பர்களுக்கு பரிசளிக்க செல்லும் ஒரு சுதந்திர மனிதனின் ஆன்மா என்னுள் எழுந்தது. அது என் தீர்மானத்திற்கு பரபரப்பூட்டியது.

''என் தாழ்ந்த குரலைக் கேட்டு ஒட்டகங்களின் கண்கள் பளபளத்தன. பெரும் முயற்சி செய்து, அவை எழுந்திருந்தன. பரிதாபமான விடாமுயற்சியில் அவைகள் அந்த திசையில் தான் பாபிலோன் இருக்கும் என்ற நம்பிக்கையில் வடக்கை நோக்கி செல்ல ஆரம்பித்தன.

''நீரைக் கண்டுபிடித்தோம். புல்களும் பழங்களும் இருக்கும் வளமான நகரத்தில் நுழைந்தோம். அடிமையின் ஆன்மா 'நான் ஒரு அடிமைதானே' என்று முணுமுணுக்கும், ஆனால் சுதந்திர மனிதனின் ஆன்மா வாழ்க்கையின் பிரச்சனைகளுக்கு தீர்வு பெறும் என்ற சிந்தனையில் செயல்பட்டதால் பாபிலோனுக்கு செல்லும் வழியை கண்டோம்.

''நீ சொல், தர்கட். உன் காலி வயிறு மனதை தெளிவாக்குகிறதா? சுயகௌரவத்தை திரும்பிப் பெறும் சாலையில் செல்ல நீ தயாரா? உலகத்தின் உண்மையான வண்ணம் தெரிகிறதா? எத்தனை கடன்கள் இருந்தாலும் அவைகளை திருப்பிக் கொடுத்து, ஒரு மதிக்கத்தக்க மனிதனாக பாபிலோனில் வாழ விரும்புகிறாயா?''

இளைஞனின் கண்கள் ஈரமாயின. அவன் முட்டி போட்டான். ''நீங்கள் எனக்கு தரிசனத்தை தந்திருக்கிறீர்கள். இப்பொழுதே என்னால் ஒரு சுதந்திர மனிதனின் ஆன்மாவை உணர முடிகிறது.

இந்த கதையை கேட்டுக்கொண்டிருந்தவர்களில் ஒருவன் கேட்டான். ''திரும்பி வரும் பொழுது நீ எந்த நிலையில் இருந்தாய்?''

''*மனவுறுதி இருந்தால் வழி கிடைக்கும்,*'' தேபாஸிர் பதிலளித்தான். ''என்னிடம் உறுதி இருந்தது அதனால் வழி கிடைத்தது. முதலில் நான் கடன் வாங்கியவர்களிடம் சென்று நான் சம்பாதித்து திருப்பிக் கொடுக்கும் வரைக்கும் எனக்கு நேரம் கொடுக்க வேண்டும் என்று வேண்டினேன். பெரும்பாலானவர்கள் என்னை சந்தித்தார்கள். சிலர் என்னை கேலி செய்தனர், சிலர் என்க்கு உதவி செய்ய முன் வந்தனர். ஒருவர் எனக்கு தேவைப்பட்ட உதவியை வழங்கினார். அவர்தான் மேதான் என்ற தங்கத்தை கடனாக கொடுப்பவர். நான் ஸிரியாவில் ஒட்டக வணிகராக இருந்தேன் என்று அறிந்து, என்னை முதியவரான நெபட்டூரிடம் அனுப்பினார். அந்த ஒட்டக வணிகர் அரசர் வேண்டியபடி நீண்ட பயணத்திற்கு அதிகமாக ஒட்டக மந்தைகளை வாங்கவிருந்தார். எனக்கு ஒட்டகத்தைப் பற்றிய அறிவு இருந்தது உதவியாக இருந்தது. படிப்படியாக எல்லா செப்புக் காசுகளையும், வெள்ளிகளையும் என்னால் திருப்பிக் கொடுக்க முடிந்தது. அதன் பிறகு தான் நான் தலை நிமிர்ந்து ஒரு மதிப்புள்ள மனிதானாக முடிந்தது.''

மறுபடியும் தேபாஸிர் உணவின் பக்கம் நோக்கினான். ''கௌஸ்கார், நத்தையே!'' சமையலறைப்பக்கம் கேட்கும்படி சத்தமாக சொன்னான். ''உணவு ஆறிவிட்டது. இன்னும் புதிய இறைச்சி கொண்டு வா. என் நண்பனின் மகனான தர்கட்டுக்கும் நிறைய கொண்டு வா. அவன் பசியில் இருக்கிறான். என்னுடன் சாப்பிடுவான்.''

இப்படியாக பழைய பாபிலோனின் ஒட்டக வணிகரான தேபாஸிரின் கதை முடிந்தது. இவன் காலத்திற்கு முன்னால் இருந்த அறிஞர்களின் ஞானத்தில் இருந்த உண்மை, இவனுக்கு இப்பொழுது புரிந்து அவன் ஆன்மாவை கண்டு கொள்ளவைத்தது.

எல்லா வயது மனிதர்களுக்கும் கஷ்டத்திலிருந்து வெற்றியை அடைய இது வழி நடத்தியிருக்கிறது. அதன் மந்திர சக்தியை புரிந்தவர்களுக்கு அது உதவிக் கொண்டே

இருக்கும். இந்த வரியை படிப்பவர்கள் யாவரும் இதை பயன்படுத்தலாம்:

மனவுறுதி இருந்தால் வழி கிடைக்கும்

பாபிலோனின் மண் வில்லைகள்

புனித ஸ்விதின் கல்லூரி
நாட்டிங்ஹேம் பல்கலைக்கழகம்
நுவார்க்-ஆந்-ட்ரெண்ட் நாட்டிங்ஹேம்

அக்டோபர் 21, 1934

பேராசிரியர் ஃப்ரேன்க்லின் கால்ட்வெல்
கேர் ஆஃப் பிரிட்டிஷ் சயிண்டிஃபிக் எக்ஸ்பெடிஷன்
ஹில்லா, மெசொபொடெமியா

அன்புள்ள பேராசிரியர் அவர்களே,

பாபிலோனின் அகழ்வாராய்ச்சியில் எழுதிய ஐந்து வில்லைகள் உங்கள் கடிதத்துடன் அதே கப்பலில் வந்தன. வசீகரிக்கும் வகையில் இருந்த கல்வெட்டுகளை நான் பல இனிமையான நேரங்கள் செலவழித்து மொழிபெயர்த்துக் கொண்டிருந்தேன். உங்கள் கடிதத்திற்கு உடனே பதில் கொடுத்திருக்க வேண்டும்,

ஆனால் மொழிபெயர்ப்பை முடிக்க காத்திருந்தேன். அதை இத்துடன் இணைத்திருக்கிறேன்.

ஜாக்கிரதையாக காப்பு முறை பயன்படுத்தி அடைத்திருந்ததினால், அவை பழுதடையாமல் வந்து சேர்ந்தன.

எங்கள் பரிசோதனைக் கூடத்தில் சொல்லும் கதையைக் கேட்டால் நீங்கள் ஆச்சரியப்படுவீர்கள். பழங்கால கதைகளில் காதலும் சாகசமும் நிறைந்திருக்கும், "அரேபியன் நைட்ஸ்" வகையில். தேபாஸிர் என்பவன் கடனை அடைக்க பட்ட கஷ்டங்களைக் கேட்டால், இந்த 5000 ஆண்டுகளில் நிலமை ஒன்றும் அவ்வளவாக மாறவில்லை என்று தெரிகிறது.

புதுமையாக இருக்கிறது. இதில் பதிந்திருப்பவை என்னை "கிண்டல்" செய்கின்றன, என் மாணவர்கள் சொல்வது போல. ஒரு கல்லூரியின் பேராசிரியருக்கு எல்லா பாடங்களிலும் ஞானம் இருக்க வேண்டும். இருந்தும், பாபிலோனின் புழுதி படர்ந்த சிதைபாட்டிலிருந்து ஒருவன் வந்து கடனை அடைக்கவும், என் பையில் தங்கத்தை கிணுகிணுக்க வைப்பதற்கு வழியும் காண்பித்திருக்கிறான்.

இனிமையான நினைவுகள், அதுவும் அன்று பாபிலோனில் நடந்த மாதிரி இக்காலத்தில் நடக்குமா என்பதை நிரூபிப்பது சுவாரசிய மானது. திருமதி ஷ்ரூஸ்பரியும் நானும் எங்கள் திட்டங்களுக்கு இதை பயன்படுத்தி, மாற்றங்களும் செய்ய முயலப்போகிறோம்.

உங்கள் முயற்சிக்கு எங்கள் பாராட்டுக்கள். உங்களுக்கு உதவ அடுத்த சந்தர்ப்பத்தை எதிர்பார்க்கும்,

உங்கள்,

அல்ஃப்ரெட் ஹெச். ஷ்ரூஸ்பெரி
தொல்பொருள் ஆராய்வு துறை

முதல் வில்லை

சந்திரன் முழுமையாகும் பொழுது, தேபாஸிர் எனும் நான், ஸிரியாவின் அடிமைத்தனத்திலிருந்து அண்மையில் திரும்பி வந்து, என் எல்லா கடன்களையும் அடைத்து, என்னுடைய நகரமான பாபிலோனில் மதிப்புள்ள மனிதனாக வாழ நிச்சயித்து, இந்த வில்லையில் என் ஆசைகளை பூர்த்தி செய்ய உதவ எழுதும் பதிவேடு.

கடன் கொடுக்கும் எனது நண்பன் மேதான் என்ற வட்டிக்காரனின் ஆலோசனைப்படி என்னை கடனிலிருந்து வெளிவந்த மாண்புமிக மனிதனாகவும், வளமும் சுயகௌரவமும் கொண்டவனாகவும் இருக்கச் சொன்ன திட்டத்தை உறுதியுடன் பின்பற்றுவேன்.

என் நம்பிக்கையும் விருப்பமும் நிறைவேற மூன்று குறிக்கோள்கள் கொண்ட திட்டம் அது.

முதலில், இந்தத் திட்டம் என் வருங்கால செழிப்பிற்கு வழி வகுக்கும்.

ஆதலால், நான் சம்பாதிக்கும் பத்தில் ஒன்றை எனக்காக தனியே எடுத்து வைப்பேன். ஏனென்றால் மேதான் அறிவுடன் சொல்கிறான்:

''எவன் தன் தங்கத்தையும் வெள்ளியையும் செலவு செய்யாமல் சேமிக்கிறானோ, அவன் தன் குடும்பத்திற்கும் அரசருக்கும் நல்லது செய்கிறான்.

''சில செப்புக் காசுகளையே வைத்திருக்கும் ஒருவன் தன் குடும்பத்தையும், அரசரையும் உதாசீனப்படுத்துவான்.

''பையில் ஒன்றுமே இல்லாதவன் தன் குடும்பத்திற்கும் கருணை காட்டாமல், அரசுக்கும் விசுவாசமுள்ளவனாகவும் இருக்க மாட்டான், ஏனென்றால் அவனது மனம் கசப்பாக இருக்கும்.

''ஆதலால், சாதிக்க நினைக்கும் மனிதன் எப்பொழுதும் கிணுகிணுக்கும் காசுகளும், குடும்பத்திற்கு பிரியமானவாகவும், அரசருக்கு விசுவாசமாகவும் இருப்பான்.''

இரண்டாவதாக, தன் தந்தையின் வீட்டிலிருந்து திரும்பி வந்த என் மனைவியை ஆதரித்து, நல்ல உடைகள் வாங்கிக் கொடுப்பது தான் என் நோக்கம். மேதான் சொல்லியபடி, விசுவாசமுள்ள மனைவியை நன்றாக பார்த்துக் கொண்டால், ஒருவன் மனதில் தன்னம்பிக்கையும் பலமும் வளர்ந்து அவன் இலக்கை அடைவதற்கு அது உதவும்.

ஆதலால், நான் சேமிப்பதிலிருந்து பத்தில் ஏழு பகுதியை வீட்டிற்கும், துணிமணிக்கும், உணவுக்கும், சில ஆசைகளை பூர்த்தி செய்ய வைத்தால், வாழ்க்கை இன்பகரமாக இருக்கும். அளவுக்கும் மேல் என் சம்பாத்தியத்திலிருந்து செலவு செய்யக் கூடாது. இதுதான் திட்டத்தின் வெற்றி.

இதைத்தவிர வேறு செலவு செய்யாமல் இதற்குள் செலவு செய்ய வேண்டும்.

இரண்டாவது வில்லை

மூன்றாவதாக, என் சம்பளத்திலிருந்து கடனை அடைக்க வேண்டும்.

ஆகையால், முழு நிலவன்று, நான் சம்பாதித்த பத்தில் இரண்டு பகுதி என்னை நம்பி கடன் கொடுத்தவர்களுக்கு பிரித்துக் கொடுக்கப்படும். சில காலத்தில் என் கடன் எல்லாம் முடிந்துவிடும். கீழே நான் கொடுக்க வேண்டிய கணக்கை குறிக்கிறேன்.

ஃபாஹ்ரு, துணி நெய்பவன், 2 வெள்ளி, 6 செப்பு.
ஸிஞ்சர், படுக்கை செய்பவன், 1 வெள்ளி.
அஹ்மர், என் நண்பன், 3 வெள்ளி, 1 செப்பு.
ஜன்கர், என் நண்பன், 4 வெள்ளி, 7 செப்பு.
அஸ்கமிர், என் நண்பன், 1 வெள்ளி, 3 செப்பு.
ஹரின்சிர், நகை செய்பவன், 6 வெள்ளி, 2 செப்பு.
டையர்பேகர், என் தந்தையின் நண்பன், 4 வெள்ளி, 1 செப்பு.

அல்கஹூட், வீட்டுச் சொந்தக்காரன், 14 வெள்ளி.

மேதான், தங்க வட்டிக்காரன், 9 வெள்ளி.

பிரெஜிக், விவசாயி, 1 வெள்ளி, 7 செப்பு.

(இதற்குப் பிறகு, எழுத்துக்கள் தெளிவாக இல்லை)

மூன்றாவது வில்லை

இந்த வட்டிக்காரர்களுக்கு நான் 119 வெள்ளிக் காசுகளும் 141 செப்புக் காசுகளும் தரவேண்டும். இந்த கடன்களை திருப்பிக் கொடுக்க இயலாமல் தான், என் முட்டாள்தனத்தினால் என் மனவியை தன் தந்தையிடம் அனுப்பி, என் நகரைவிட்டுச் சென்று, செல்வத்தைத் தேடி, கடைசியில் படுகுழியில் விழுந்து அடிமையானேன்.

இப்பொழுது மேதான் என் கடனை அடைக்க நல்ல வழி காண்பித்ததால் என் செலவுகளை கட்டுப்படுத்த முடியாமல் முட்டாள்தனமாக ஓட வைத்ததை புரியவைக்கிறது.

ஆகையால் என் வட்டிக்காரர்களை சந்தித்து சம்பாதித்து திருப்பித் தருவதைத் தவிற எனக்கு வேறு வழி இல்லை என்றும், நான் சம்பாதிக்கும் பத்தில் இரண்டு பாகத்தை முழுமையாகவும் நேர்மையாகவும் தந்து விடுவேன் என்றும் அவர்கள் பொறுமை காக்க வேண்டும் என்றும் கூறினேன்.

என்னுடைய நெருங்கிய நண்பனாக கருதிய அஹ்மர் என்னை கேலி செய்து அவமானப்படுத்தி விட்டான். பிரெஜிக் எனும் விவசாயி அவனுக்கு முதலில் கொடுக்கும்படி கெஞ்சினான். வீட்டுக்காரன் அல்கஹூட் ஒத்துகொள்ளவில்லை. அவனுக்கு சீக்கிரம் தரவில்லையென்றால் எனக்குத் தொல்லை கொடுப்பேன் என்றான்.

மீதி இருப்பவர்கள் சம்மதித்தார்கள். ஆகையால் விலகிப் போவதைவிட திருப்பிக் கொடுப்பது மேல் என்று நான் என் செயலை ஆற்ற இன்னும் திடமாக இருக்கிறேன். எல்லோருடைய கடனையும் திருப்பிக் கொடுக்க இயலாவிட்டாலும், எல்லோரையும் பாகுபாடில்லாமல் நடத்துவேன்.

நான்காவது வில்லை

முழு நிலவு காய்கிறது. சுதந்திர மனதுடன் கடினமாக நான் உழைத்திருக்கிறேன். என் மனவியும் ஒத்துழைத்திருக்கிறாள். எங்கள் அறிவு மற்றும் மன உறுதியால் சென்ற முழு நிலவிற்குப் பிறகு, 19 வெள்ளிக் காசுகள் சம்பாதித்து நல்ல ஒட்டகங்களை வாங்கியிருக்கிறேன்.

திட்டத்தின்படி இதை பிரித்திருக்கிறேன். பத்தில் ஒன்றை எனக்காகவும், பத்தில் ஏழை என் மனைவியிடம் கொடுத்து வீட்டுச் செலவுக்காகவும், பத்தில் இரண்டை வட்டிக்காரர்களுக்கு சமமாகவும் கொடுத்து விட்டேன்.

அஹ்மரை நான் பார்க்கவில்லை ஆனால் அவன் மனைவியிடம் கொடுத்தேன். பிரெஜிக் சந்தோஷத்தால் என் கைகளை முத்தமிட வேண்டினான். வயதான் அல்கஹட் மட்டும் எரிச்சலுடன் நான் இன்னும் சீக்கிரம் கொடுக்க வேண்டும் என்றான். கவலையில்லாமல், நன்றாக உண்ணுவதற்கு அனுமதி அளித்தால், சீக்கிரம் கொடுக்க உதவும் என்றேன்.

ஒரு முழு நிலவின் முடிவில் என் கடன் நான்கு வெள்ளிக் காசுகள் குறைந்தது, மேலும் என்னிடமும் யாரும் உரிமை கோர முடியாத இரண்டு வெள்ளிகள் வேறு இருந்தன. வெகு நாட்களுக்குக் பிறகு என் இருதயம் லேசாக இருக்கிறது.

முழு நிலவு திரும்பி வருகிறது. நான் கடினமாக உழைத்தும் அவ்வளவாக வெற்றி கிடைக்கவில்லை. சில ஒட்டகங்களை வாங்கினேன். 11 வெள்ளிக் காசுகளையே சம்பாதித்தேன். இருந்தாலும் என் மனைவியும் நானும் எங்கள் திட்டத்தை விடாமல் இருக்கிறோம். புதிய ஆடைகளும் வாங்கவில்லை, சிறிதளவே தானியங்கள் உண்டிருக்கிறோம். முன் போல் பத்தில் ஒன்றை தனியே வைத்து, பத்தில் ஏழை வீட்டு செலவுக்கு வைத்தோம். சிறு தொகையாக இருந்தும், அஹ்மர் என்னை பாராட்டியது என்னை ஆச்சரியப்படுத்தியது. பிரெஜிக் என்னை பாராட்டினான். அல்கஹட் கோபப்பட்டான். நான் கொடுத்தைத் திருப்பி கொடுக்கச் சொன்ன பொழுது, அவன் சமதானமாகிவிட்டான். மற்றவர்கள் எப்பொழுதும் போல்

திருப்திப்பட்டார்கள்.

முழு நிலவும் வந்தது நானும் சந்தோஷப்பட்டேன். நல்ல ஒட்டகங்கள் வந்தபொழுது அவைகளை வாங்கினேன். என் வருமானம் 42 வெள்ளிக் காசுகளாகின. நானும் என் மனைவியும் செருப்பும் சில ஆடைகளும் வாங்கினோம். உணவிலும் இறைச்சியை சேர்த்தோம்.

8 வெள்ளிக்காசுகளுக்கு மேல் திருப்பிக்கொடுத்திருக்கிறேன். அல்கஹட் கூட எதிர்க்கவில்லை.

கடனிலிருந்து காப்பாற்றி, எங்களையும் சேமிக்க வைத்த நல்ல திட்டம் இது.

இந்த வில்லையில் இழைக்க இதுவரை மூன்று முழு நிலவுகள் வந்து போயின. ஒவ்வொரு முறையும் பத்தில் ஒன்றை நான் வைத்துக்கொண்டேன். சில நேரங்களில் கடினமாக இருந்தாலும் நானும் என் மனைவியும் ஏழு பகுதியில் குடும்பத்தை நடத்தினோம். ஒவ்வொரு முறையும் கடன்காரர்களுக்கு இரண்டு பகுதியை கொடுத்திருக்கிறேன்.

என் பையில் இப்பொழுது என்னுடைய 21 வெள்ளிக் காசுகள் இருக்கின்றன. நான் தலை நிமிர்ந்து நடக்கிறேன். என் நண்பர்களுக்கிடையில் இருக்கும் பொழுது பெருமையாக இருக்கிறது.

என் மனைவி வீட்டை நன்றாக பராமரிக்கிறாள், நன்றாக ஆடை உடுக்கிறாள். நாங்கள் இருவரும் வாழ்க்கையில் சந்தோஷமாக இருக்கிறோம்.

இந்தத் திட்டத்திற்கு மதிப்பிட முடியாது. ஒரு அடிமையை மதிப்புள்ளவனாக மாற்றிய திட்டம் இல்லையா?

ஐந்தாம் வில்லை

மறுபடியும் முழு நிலவு வந்துவிட்டது. வில்லையில் இழைத்து வெகு நாட்களாகிறது என்று நினைவு வருகிறது. பன்னிரெண்டு மாதங்கள் சென்று விட்டன. இந்த நாளை வில்லையில் இழைக்க நான் மறக்கமாட்டேன் ஏனென்றால் இன்று முழுவதுமாக என் கடன்களை அடைத்து விட்டேன். இந்த நாள் என் மனைவியும் நானும் எங்கள் உறுதியின் வெற்றியை விருந்து உண்டு கொண்டாடப்போகிறோம்.

வட்டிக்காரர்களுடன் கடைசியாக சந்தித்ததில் பல விஷயங்களை நான் வெகு நாட்களுக்கு ஞாபகம் வைத்திருப்பேன். அஹ்மர் தன் கருணையற்ற வார்த்தைகளுக்கு மன்னிப்பு கேட்டான். எல்லோரையும்விட என்னை நண்பனாக அடைய ஆசைப்பட்டான்.

வயதான அல்கஹாட் அவ்வளவு மோசமில்லை. அவன் சொன்னான், ''உன்னைத் தொட்டவர்கள் வடிவமைப்பதற்காக முதலில் ஒரு மிருதுவான களிமண்ணாக இருந்தாய். ஆனால் நீ இப்பொழுது ஒரு கூர்மையான வெங்கலமாகி விட்டாய். உனக்கு எப்பொழுதாவது வெள்ளியோ தங்கமோ தேவைப்பட்டால் என்னிடம் வா.''

என்க்கு பெருமதிப்பு அளிப்பது அவன் மட்டுமல்ல. அதிகமானவர்கள் நன்றாக பேசுகிறார்கள். என் மனைவியும் கண்களில் பொலிவுடன் என்னைப் பார்க்கிறாள். அது என் தன்னம்பிக்கையை வளர்க்கிறது.

ஆக இந்தத் திட்டம்தான் எனக்கு வெற்றி அளித்திருக்கிறது. எல்லா கடனையும் திருப்பிக் கொடுத்து, என் பையில் தங்கமும் வெள்ளியும் கிணுகிணுக்க வைத்திருக்கிறது. முன்னேறுபவர்களுக்கு நான் இந்தத் திட்டத்தை பரிந்துரைக்கிறேன். ஒரு அடிமையின் கடனை திருப்பிக் கொடுக்க வைத்து, அவன் பையிலும் காசு இருக்கும்படி செய்த திட்டம், ஒருவனை சுதந்திரமாக இருக்க உதவி செய்யாதா? என் திட்டம் இன்னும் முடிவடையவில்லை. இதை நான் பின்பற்றினால் மனிதர்களை செல்வந்தனாக்க உதவும் என்று நம்புகிறேன்.

புனித ஸ்விதின் கல்லூரி
நாட்டிங்ஹேம் பல்கலைக்கழகம்
நுவார்க்-ஆந்-ட்ரெண்ட் நாட்டிங்ஹேம்

நவம்பர் 7, 1936

பேராசிரியர் ஃப்ரேன்க்லின் கால்ட்வெல்
கேர் ஆஃப் பிரிட்டிஷ் சயிண்டிஃபிக் எக்ஸ்பெடிஷன்
ஹில்லா, மெசொபொடெமியா

அன்புள்ள பேராசிரியர் அவர்களே,

உங்களின் அடுத்த பாபிலோனின் அழிபாட்டு தோண்டுதலில் வயதான ஒட்டக வணிகன் தேபாஸிரின் ஆவியைக் கண்டால், எனக்கு ஒரு உதவி செய்யுங்கள். பல காலங்களுக்கு முன் அவன் இழைத்து வைத்த இந்த வில்லைகளால், இங்கிலாந்தில் சில கல்லூரி மக்களிடமிருந்து நன்றி கிடைத்திருக்கிறது.

உங்களுக்கு ஞாபகம் இருக்கலாம். ஒரு வருடத்திற்கு முன் திருமதி ஷ்ரூஸ்பரியும் நானும் இந்தத் திட்டத்தை பின்பற்றி, கடனிலிருந்து வெளியே வந்து, எங்களுக்கென்று பையில் காசும் சேமிப்பதாக வைத்திருக்கிறோம் என்று எழுதியிருந்தேன். எங்கள் நண்பர்களிடமிருந்து மறைத்தாலும், எங்கள் கஷ்டங்களை நீங்கள் யூகித்திருப்பீர்கள்.

பல வருடங்கள் கடனினால் அவமானப்பட்டு, கல்லூரியிலிருந்து வெளியேற்றப்படுவோமே என்ற பயத்தில் இருந்தோம். ஒவ்வொரு கடனையும் கட்டினோம் ஆனால் அவை சரியான நிலையில் எங்களை வைக்கவில்லை. விலை அதிகமாக இருந்தாலும் எங்களுக்கு தேவைப்பட்டதை கடனாகத்தான் வாங்க முடிந்தது.

அது ஒரு கொடூரமான வலை. நிலைமை சரியாகாமல் இன்னும் மோசமானது. எங்கள் போராட்டம் நம்பிக்கையற்றதாகியது. வீட்டுச் சொந்தக்காரருக்கு

கடன் திருப்பிக் கொடுக்க வேண்டியிருந்ததால், வேறு சிறிய வீட்டிற்கு செல்ல முடியவில்லை. எங்கள் நிலைமையை சமாளிக்க எந்த வழியும் தெரியவில்லை.

பிறகு, இதோ வந்தான் பாபிலோனின் ஒட்டக வணிகன், நாங்கள் நிறைவேற்ற திட்டம் கொண்டு வந்தான். அவன் எங்களை நன்றாக உசுப்பிவிட்டான். என் கடன்களை பட்டியலிட்டு எல்லோரிடமும் காண்பித்தேன்.

என்னால் இத்தருணத்தில் கடனை திருப்பிக் கொடுக்க இயலாது என்று புரியவைத்தேன். எண்களைப் பார்த்து அவர்களும் ஆமோதித்தார்கள். பிறகு அவர்களுக்கு முழுமையாக திருப்பிக் கொடுப்பதற்கு ஒரே வழி என்னவென்றால் என்னுடைய வருமானத்திலிருந்து இருபது சதவிகிதம் சரியாக பிரித்துக் கொடுத்தால், இரண்டு வருடத்திற்கும் சில மாதங்கள் கூடுதலாக முழுமையாக கொடுக்க முடியும் என்று புரியவைத்தேன். அதுவரையில் நாம் ரொக்கத்தில் வியாபாரம் செய்து அதன் பலனையும் அவர்கள் அனுபவிக்கத் தருவோம் என்றேன்.

அவர்கள் கண்ணியமானவர்களாக இருந்தார்கள். எங்கள் புத்திசாலியான வயதான பலசரக்கு வியாபாரி அவர்களுக்கு இன்னும் புரியும்படி சொன்னான். "நீங்கள் ரொக்கமாக பணம் கொடுத்து சாமான் வாங்கி, கடனில் வாங்கியவற்றுக்கும் கொஞ்சம் கொடுத்தால், அது நல்லது இல்லாவிடில் மூன்று வருடத்தில் கூட உங்களால் கடனை முடிக்க முடியாது."

முடிவாக, எல்லோரின் பெயர்களையும் சேர்த்து ஒரு ஒப்பந்தம் எழுதி சொல்லியபடி வருமானத்திலிருந்து இருபது சதவிகிதம் நிலையாக பெற்றுக்கொள்ளும் வறை எங்களை தொந்தரவு செய்யக் கூடாது என்று சொன்னேன். பிறகு நாங்கள் எழுபது சதவிகிதத்தில் எப்படி வாழ்வது என்று திட்டமிட ஆரம்பித்தேன். பத்து சதவிகிதத்தை தனியே வைப்பது என்று நிச்சயித்தேன். தங்கமும் வெள்ளியும் வைத்திருப்பது வசீகரமாக இருந்தது.

இந்த மாற்றத்தை செய்வது சாகசம் போல் இருந்தது. எழுபது சதவிகிதத்தை வைத்து இப்படியும் அப்படியும் யோசித்து, சுகமாக வாழ்ந்தோம். வீட்டு வாடகையில் ஆரம்பித்து, அதை குறைத்தோம். யோசித்து எங்களுக்கு பிடித்தமான தேயிலைகளை குறைந்த விலைக்கு வாங்கினோம்.

கடிதத்தில் எழுத இது ஒரு பெரிய கதை. எனினும் எங்கள் வாழ்க்கை கஷ்டமாக இருக்கவில்லை. சமாளித்து உற்சாகமாக இருந்தோம். பழைய கணக்குகளிலிருந்து விடுபட்டது ஒரு நிவாரணமாக இருந்தது.

அந்த பத்து சதவிகத்தைப் பற்றிச் சொல்ல நான் மறந்துவிடக்கூடாது. சிரிக்காதீர்கள். சில காலம் அவைகளை கிணுகிணுக்க விட்டோம். இதுதான் விளையாட்டு. செலவழிக்காமல் சேமித்து வைப்பது மகிழ்ச்சியைக் கொடுக்கும். செலவழிப்பதைவிட சேமிப்பது மிகவும் சந்தோஷத்தைக் கொடுக்கும்.

சில காலங்களுக்குப் பிறகு சேமித்ததை உபயோகப்படுத்த வழி கண்டோம். பத்து சதவிகிதம் வரும்படி ஒரு முதலீடு செய்தோம். இதுதான் எங்கள் மறு உருவாவதற்குக் கிடைத்த திருப்தி. என் காசோலையின் முதல் கட்டணம்.

முதலீடு வளர்வது ஒரு பாதுகாப்பைத் தருகிறது. என் ஆசிரியர் காலம் முடிவதற்குள் இந்த முதலீடு பெருகி, எங்கள் வாழ்க்கைக்கு பயனளிக்கும்.

இது எல்லாம் என் காசோலையிலிருந்துதான் என்பதை நம்ப முடியவில்லை ஆனால் உண்மை. கடனும் தீர்ந்து, முதலீடும் பெருகியது. மேலும் முன்னைவிட இப்பொழுது நிதிநிலை நன்றாக இருக்கிறது. நிலையில்லாத வழி நடந்து செல்வதற்கும் ஒரு திட்டத்தை பின்பற்றுவதற்கும் இருக்கும் இத்தனை வித்தியாசத்தை யார் நம்புவார்கள்?

அடுத்த வருடம் கடைசியில், எங்கள் எல்லா பட்டியலின் கட்டணமும் முடிந்துவிடும். நாங்கள் பயணம் மேற்கொள்ளவும் அதிகம் இருக்கும். இனி எங்கள் வருமானத்திலிருந்து எழுபது சதவிகிதிற்கு மேல்

செலவு செய்வதில்லை என்று நிச்சயித்துள்ளோம்.

இப்பொழுது உங்களுக்கு புரியும் எங்களை படுகுழியிலிருந்து காப்பாற்றிய வயதானவருக்கு ஏன் நன்றி சொல்ல வேண்டுகிறோம் என்று. அவருடைய திட்டம் எங்களை "பூமியின் நரகத்திலிருந்து" காப்பாற்றியது.

அவருக்கு தெரிந்தது. எல்லாவற்றையும் அனுபவித்தவர். மற்றவர்களும் தன் அனுபவத்தால் பயனடைய வேண்டும் என்று நினைத்தார். அதனால்தான் மிகுந்த சிரமம் எடுத்துக் கொண்டு இந்த வில்லைகளில் தன் தகவலை இழைத்தார்.

தன்னுடன் அவதிப்படும் சக மனிதர்களுக்காக இந்தத் தகவலைக் கொடுத்தார். ஐயாயிரம் வருடங்களுக்குப் பிறகு இது பாபிலோனின் சிதைவுகளிலிருந்து எழுந்து முக்கியமான செய்தியை பரப்பி இருக்கிறது. புதைந்திருந்த நாட்களைப் போல இது உண்மையாகவும் முக்கியமாகவும் இருக்கும்.

தாழ்மையுடன் உங்கள்,

அல்ஃப்ரெட் ஹெச். ஷ்ரூஸ்பெரி
தொல்பொருள் ஆராய்வு துறை

பாபிலோனின் அதிர்ஷ்டசாலி

ஷர்ரு நாடா என்ற பாபிலோனின் இளவரச வியாபாரி, பயணிகள் செல்லும் வண்டியின் கர்வமாக தலைமையில் இருந்தான். அவனுக்கு அலங்காரமான, விலையுயர்ந்த ஆடைகள் அணியப் பிடிக்கும். சிறந்த மிருகங்களையும் பிடிக்கும். தன் உயர்ந்த அரேபிய நாட்டு குதிரை மேல் சவாரி செய்துகொண்டிருந்தான். அவனைப் பார்த்தால் வயாதானவாக காணப்பட மாட்டான். நிச்சயமாக அவன் மன உளைச்சலில் இருக்கிறான் என்றும் எவராலும் சொல்ல முடியாது.

டமஸ்கஸிலிருந்து வரும் பயணம் நீண்டதாகவும் பாலைவனத்தில் செல்லும் கடினங்களும் கொண்டது. அரேபியர்கள் கொடூரமானவர்கள். பயணிகளின் வண்டியை சூறையாடுபவர்கள். இதைப்பற்றி அவன் பயப்படவில்லை ஏனென்றால் பாதுகாப்புக்காக அவனது படை இருந்தது. டமஸ்கஸிலிருந்து கூட வரும் இளஞனைப் பற்றிதான் கவலை கொண்டிருந்தான். அவன் பெயர் ஹடன் குலா. திருப்பி அளிக்க முடியாதபடி நன்றி கொண்டிருந்த பங்குதாரி அரட் குலாவின் பேரன். அந்த பேரனுக்கு

ஏதாவது செய்யவேண்டும் என்று ஷர்ருவிற்கு ஆசை ஆனால் அதை நினைக்க நினைக்க அது எவ்வளவு கடினம் என்று அவனைப் பார்க்கும் பொழுது தெரிந்தது.

அவனுடைய மோதிரங்களையும், காதணிகளையும் கண்டு அவனுக்குள் நினைத்தான், ''இவனுக்கு தாத்தாவின் முக ஜாடை இருந்தாலும், ஆண்மகனுக்கு அணிகலங்கள் தேவை என்று நினைக்கிறான். இருந்தும் அவன் தந்தை சொத்தை வீணாக்கிவிட்டதால், அவனுக்கு ஒரு நல்ல வியாபாரம் ஆரம்பித்துக் கொடுக்கலாம் என்று என்னுடன் கூட்டி வந்தேன்.''

ஹடன் குலா அவன் எண்ணங்களை கலைத்தான். ''ஏன் இவ்வளவு கடினமாக உழைக்கிறீர்கள், எப்பொழுதும் நீண்ட பயணம் செய்து, வாழ்க்கையை அனுபவிக்காமல்?'' என்றான்.

ஷர்ரு நாடா புன்முறுவலித்தான். ''வாழ்க்கையை அனுபவிப்பதா? நீ ஷர்ரு நாடாவாக இருந்தால் என்ன செய்வாய் வாழ்க்கையை அனுபவிப்பதற்கு?''

''உங்களைப்போல் என்னிடம் செல்வம் இருந்தால், நான் ஒரு இளவரசன் போல் இருப்பேன். சூடான பாலைவனத்தை கடக்கமாட்டேன். வரும் பணத்தை சீக்கிரம் செலவழிப்பேன். விலையுயர்ந்த ஆடைகளும் அபூர்வமான நகைகளும் அணிவேன். அந்த வாழ்க்கை எனக்கு பிடித்ததாகவும் மெச்சத்தக்கதாகவும் இருக்கும்.'' இருவரும் சிரித்தார்கள்.

''உன் தாத்தா நகைகளை அணியவில்லை,'' என்று எண்ணுவதற்கு முன் ஷர்ரு நாடா பேசினான். பின் நகைச் சுவையாக, ''வேலை செய்ய நேரம் ஒதுக்க மாட்டாயா?'' என்றான்.

''வேலை செய்பவர்கள் அடிமைகள்,'' என்று அவன் பதிலளித்தான்.

ஷர்ரு நாடா உதட்டைக் கடித்து, பதில் சொல்லாமல் ஒரு சாய்வு நிலத்திற்கு வரும்வரை மௌனமாக இருந்தான். இங்கே குதிரையை நிறுத்தி தூர இருக்கும் பசுமையான பள்ளத்தாகை காண்பித்தான். ''பார் இந்த பள்ளத்தாக்கை. கீழே பார்த்தால் மங்கலாக பாபிலோனின் சுவர்கள் தெரியும். அந்த கோபுரம் தான் பெல் டவர். உன் கண்கள் கூர்மையாக இருந்தால், அதன் உச்சியில் எரியும் நெருப்பைப் பார்க்கலாம்.''

''அதுதான் பாபிலோனா? உலகத்திலேயே செல்வம் மிகுந்த

நகரைப் பார்க்க நான் ஆசைப்பட்டேன்.'' ஹடன் குலா கருத்து தெரிவித்தான். ''என் தாத்தா இங்குதான் சொத்து சேர்ப்பதை ஆரம்பித்தார். அவர் உயிருடன் இப்பொழுது இருந்தால், நாம் இவ்வளவு அழுத்ததில் இருக்க மாட்டோம்.''

''அவருடைய நேரம் வந்துவிட்டது. அதற்காக அவருடைய ஆன்மா இருக்க வேண்டும் என்று ஏன் ஆசைப்படுகிறீர்கள்? நீங்களும் உங்கள் தந்தையும் அந்த நல்ல வேலையை தொடரலாமே?''

''அந்தோ, எங்கள் இருவருக்கும் அவருடைய திறமை இல்லை. என் தந்தைக்கும் எனக்கும் தங்கக் காசை அடையும் இரகசியம் தெரியாது.''

ஷர்ரு நாடா பதில் சொல்லாமல் குதிரையை பள்ளத்தாக்கு வழியில் ஓட்டினான். சிவப்பு புழுதி எழுப்பி அவன் பின்னால் பிரயாணி வண்டி வந்தது. சில மணிநேரம் கழித்து அவர்கள் அரசரின் நெடுஞ்சாலையை அடைந்து, நீர்பாசனம் செய்த பண்ணை வழியாக கிழக்கே சென்றனர்.

அங்கு மூன்று பேர் உழுது கொண்டிருந்ததை ஷர்ரு நாடா கவனித்தான். அவர்கள் பரிச்சயமானவர்களாக தென்பட்டார்கள். என்ன அபத்தமான எண்ணம்! நாற்பது வருடங்களுக்கு பிறகு கடக்கும் நிலத்தில் அதே மனிதர்கள் உழுது கொண்டிருப்பார்களா? இருந்தாலும், அவர்களே தான் என்று அவனுள் ஏதோ சொல்லியது. ஒருவன் நிலையில்லாமல் ஏரைப் பிடித்திருந்தான். மற்றவர்கள் எருதுகள் பக்கத்தில் நடந்து, அவைகளை இழுக்க வைக்க பிரம்பால் அடித்துக் கொண்டிருந்தனர்.

நாற்பது வருடங்களுக்கும் முன் இவர்களை கண்டு அவன் பொறாமைப்பட்டிருக்கிறான். சந்தோஷமாக இவர்களுடன் இடமாற்றம் செய்திருப்பான்! ஆனால் என்ன வித்தியாசம் இப்பொழுது. கர்வத்துடன் தன் பின்னால் வரும் வண்டியையும், டமஸ்கஸிலிருந்து ஏற்றி வந்த விலையுயர்ந்த வணிகத்தை தூக்கி வரும் ஒட்டகங்களையும், கழுதைகளையும் பார்த்தான். இவையெல்லாம் அவன் உடைமைகளின் ஒன்றே.

உழுபவர்களை காண்பித்து சொன்னான், ''நாற்பது வருடங்களாக இதே நிலத்தை உழுது கொண்டு இருக்கிறார்கள்.''

''பார்த்தால் அப்படித்தான் தெரிகிறது. ஆனால் அதே

மனிதர்கள்தான் என்று எப்படிச் சொல்கிறீர்கள்?''

''அவர்களை நான் பார்த்திருக்கிறேன்,'' ஷர்ரு நாடா பதிலளித்தான்.

ஞாபகங்கள் அவன் மனதில் வேகமாக ஓடியது. பழையதை மறந்து ஏன் நிகழ்காலத்தில் வாழக்கூடாது? பிறகு படத்தில் பார்ப்பது போல் அரட் குலாவின் சிரித்த முகம் தெரிந்தது. அவனுக்கும் அந்த இளைஞனுக்கும் நடுவில் இருந்த தடுப்பு உடைந்தது.

ஆனால் எப்படி இந்த செலவாளியான மோதிரக்கை கொண்ட உயர்தர இளைஞனுக்கு உதவ முடியும்? வேலை செய்யும் மனப்பான்மை உடையவர்களுக்கு அவன் வேலை தரலாம், ஆனால் வேலை செய்வதை இகழ்வாக நினைப்பவர்களுக்கு தர முடியாது. இருந்தும் அரை மனதாக அல்லாமல் முழுவதுமாக உதவ அரட் குலாவிற்கு அவன் கடமைப்படிருந்தான். அவனும் அரட் குலாவும் இப்படி இருந்ததே இல்லை. அந்த மாதிரி மனிதர்கள் இல்லை.

திடீரென்று ஒரு திட்டம் தோன்றியது. சில ஆட்சேபணகள் இருந்தன. தன் குடும்பத்தையும் அவனுடைய நிலையையும் யோசனையில் கொள்ளவேண்டும். அது கொடூரமாக இருக்கும்; அது வலி கொடுக்கும். துரிதமாக நிர்ணயம் செய்வபனாக இருந்ததலால், ஆட்சேபணைகளை தூர எறிந்து காரியத்தை செய்வதென்று முடிவெடுத்தான்.

''உன் மாண்புமிகு தாத்தாவும் நானும் பங்குதாரர்களாகி இலாபம் அடைந்தோம் என்பதைப் பற்றி உனக்கு தெரிய வேண்டுமா?'' என்று கேட்டான்.

''எப்படி தங்கம் சேர்த்தீர்கள் என்பதைப் பற்றி மட்டும் சொல்லுங்கள். அது போதும்,'' என்றான் அந்த இளைஞன்.

அவன் பதிலை புறக்கணித்து, ஷர்ரு நாடா தொடர்ந்தான், ''அங்கே உழுபவர்களிலிருந்து ஆரம்பிப்போம். உன் வயதுதான் இருக்கும் எனக்கு. என் அணிவகுப்பு அவர்களை அடையும்பொழுது, வயதான மெகிடோ என்ற விவசாயி அவர்கள் தாறு மாறாக உழுவதைப் பார்த்து கிண்டல் செய்தான். எனக்கு பக்கத்தில் அவன் சங்கிலியால் கட்டப்படிருந்தான். 'அந்த சோம்பேறிகளைப் பார். ஏரைப் பிடிப்பவன் இன்னும் ஆழமாக உழ முயற்சி செய்யவில்லை.

எருதை அடிப்பவர்களும் அவைகளை வண்டித்தடத்தில் வைக்கவில்லை. இப்படி மோசமாக உழுதால் எப்படி நல்ல சாகுபடி கிடைக்கும்?'''

''மெகிடோ உன்னுடன் சேர்த்து சங்கிலியிடப்பட்டானா?'' ஆச்சரியத்துடன் ஹடன் குலா கேட்டான்.

''ஆம், கழுத்தில் வெங்கல பட்டியும் எங்களுக்கிடையே நீளமான ஒரு சங்கிலியும் இருந்தது. அவனுக்கு அடுத்து ஸபடோ என்ற ஆட்டுத் திருடன் இருந்தான். அவனை எனக்கு ஹர்ரொனிலிருந்து தெரியும். கடைசியில் இருந்தவன் அவன் பேரை சொல்லாதலால், அவனை பைரேட் (pirate) என்று அழைத்தோம். அவன் ஒரு கடலோடி என்று எண்ணினோம், ஏனென்றால் அவன் மார்பில் பல பாம்புகள் இணைந்திருக்கும்படி பச்சை குத்தி இருந்தது. கடலோடிகள் இவ்வாறு தான் செய்வார்கள்.''

''நீங்கள் அடிமையாக சங்கிலியிடப்பட்டீர்களா?'' நம்ப முடியாமல் ஹடன் குலா கேட்டான்.

''உன் தாத்தா உன்னிடம் சொல்லவில்லையா, நான் அடிமையாக இருந்தேன் என்று?''

''உங்களைப் பற்றி அடிக்கடி பேசினார், ஆனால் இதைப்பற்றி சுட்டிக் காட்டியதில்லை.''

''அவர் இரகசியங்களை காக்கும் நம்பிக்கையான மனிதன். உன்னையும் நம்பலாம், இல்லையா?'' ஷர்ரு நாடா அவன் கண்களைப் பார்த்து கேட்டான்.

''என்னுடைய மௌனத்தை நீங்கள் நம்பலாம். ஆனால் எனக்கு ஆச்சரியமாக இருக்கிறது. நீங்கள் எப்படி அடிமையானீர்கள்?''

ஷர்ரு நாடா தோள்களை குலுக்கினான். ''எவனாலும் அடிமையாக முடியும். எனக்கு ஒரு சூதாட்ட இடத்தில், வாற்கோதுமை (barley) மதுபானத்தினால் அழிவு வந்தது. என் சகோதரனின் செயலால் அது நடந்தது. ஒரு சண்டையில் தன் நண்பனை கொன்றான். என் சகோதரனை சட்டத்திலிருந்து கப்பாற்ற என் தந்தை என்னை அந்த விதவைக்கு கட்டி வைத்தார். என் தந்தையால் வேண்டிய அளவு வெள்ளி கொடுக்க முடியாததால், அந்த கோபத்தில் என்னை ஒரு அடிமை வணிகனிடம் அவள் விற்று விட்டாள்.''

''என்ன அவமானமும் அநீதியும் நடந்திருக்கிறது,'' ஹடன் குலா ஆட்சேபித்தான். ''சொல்லுங்கள் எப்படி விடுதலையானீர்கள்?''

''அதற்கு வருவோம், இப்பொழுது இல்லை. என் கதையைத் தொடருவோம். நாங்கள் கடந்த பொழுது, விவசாயிகள் எங்களைப்பார்த்து ஏளனம் செய்தார்கள். ஒருவன் தன் தொப்பியை கீழே தாழ்த்தி, 'பாபிலோனுக்கு வருக, அரசரின் விருந்தாளிகளே. உங்களுக்காக அவர் நகரின் சுவரில் காத்துக்கொண்டிருக்கிறார். விருந்தும், மண் கல்லும், வெங்காய ரசமும் இருக்கின்றன.' இதைச்சொல்லி அவர்கள் கூச்சலுடன் சிரித்தனர்.

''பைரேட்டிற்கு கோபம் வந்து அவர்களை சபித்தான். 'அரசர் நமக்காக காத்திருக்கிறார் என்றால் என்ன?' என்று கேட்டேன் அவனிடம்.

'''முதுகு வலிக்கும்வரை செங்கல்களை சுவருக்கு கொண்டு செல்ல வேண்டும். முதுகு உடைவதற்கு முன்னால் அவர்கள் உன்னை அடித்தே கொன்றுவிடுவார்கள். என்னை அடிக்கமாட்டார்கள். நான் அவர்களை கொன்றுவிடுவேன்.''

''பிறகு மிகிடோ பேசினான், 'முதலாளிகள் விருப்பத்துடன் கடினமாக வேலை செய்யும் அடிமைகளை அடிப்பது எனக்கு புரியவில்லை. முதலாளிகளுக்கு வேலை செய்யும் அடிமைகளை பிடிக்கும்.'

'''யாருக்கு கடினமாக வேலை செய்ய வேண்டும்,' என்றான் ஸபாடோ. அங்கு உழுபவர்கள் அறிவுள்ளவர்கள். முதுகை ஒடித்துக்கொள்ளவில்லை. அவர்கள் இருக்கும்படி இருக்கிறார்கள்.'

'''வேலையிலிருந்து தப்பித்து முன்னேற முடியாது,' மிகிடொ எதிர்த்தான். 'ஒரு ஏக்கர் நிலத்தை உழுதால் அது ஒரு நாள் வேலையாகும். முதலாளிக்கும் அது தெரியும். ஆனால் அறை ஏக்கரை உழுதால், அது தப்பிப்பதாகும். நான் தப்பிப்பவன் இல்லை. எனக்கு வேலை செய்ய பிடிக்கும், நல்ல வேலை செய்ய பிடிக்கும், வேலை எனது சிறந்த நண்பன். வேலை எனக்கு எல்லாவற்றையும் கொடுத்திருக்கிறது, என் பண்ணை, மாடுகள், பயிர்கள், எல்லாம்.'

'''சரி, இவையெல்லாம் இப்பொழுது எங்கே?' என்று

கிண்டல் செய்தான் ஸபாடோ. 'வேலை செய்யாமல் சாமர்த்தியமாக இருப்பது நல்லது. நீங்கள் பாருங்கள் ஸபாடோவை. அவன் சுலபமான வேலையான தண்ணீர் பைகளை சுமப்பான், ஆனால் வேலை செய்யப் பிடிக்கும் உங்களுக்கு முதுகை ஒடிக்கும் செங்கல் தூக்கும் வேலையை செய்வீர்கள்.' மடத்தனமாக சிரித்தான்.

''அன்று இரவு என்னை நடுக்கம் ஆட்கொண்டது. தூங்க முடியவில்லை. காவலுக்கு இருக்கும் கயிற்றின் பக்கத்தில் ஒடுங்கினேன். மற்றவர்கள் தூங்கிய பிறகு, முதல் காவலில் இருந்த கொடொஸொவின் கவனத்தை ஈர்த்தேன். அவன் ஒரு அரேபிய கொள்ளைக்காரன். உங்கள் பையைத் திருடினால், உங்கள் தொண்டையை கிழித்துவிடுவான்.

'''சொல் கொடொஸோ, நாம் பாபிலோனை அடைந்தால் நம்மை சுவர்களின் வேலைக்கு விற்று விடுவார்களா?,' நான் கிசுகிசுத்தேன்.

'''எதற்காக தெரிய வேண்டும்,' என்று கேட்டான்.

'''உனக்குப் புரியவில்லையா?' நான் கெஞ்சினேன். 'நான் இளைஞன். எனக்கு வாழ வேண்டும். என்னால் வேலை செய்து, அடிபட்டு இறப்பது முடியாது. ஒரு நல்ல எசமானனை எனக்கு தேடித்தர முடியுமா?'

''அவன் பதிலுக்கு கிசுகிசுத்தான், 'நான் சொல்கிறேன். நீ நல்லவன் கொடொஸோவிற்கு தொந்தரவு கொடுக்கவில்லை. அநேகமாக நாம் அடிமை சந்தைக்கு செல்வோம். கேள். வாங்குபவர்கள் வந்தால், அவர்களிடம் நீ நல்ல வேலை செய்பவன் என்றும் நல்ல எசமானனுக்கு வேலை செய்ய வேண்டும் என்றும் சொல். அவர்களை வாங்க வை. அவர்கள் வாங்க வைக்கவில்லை என்றால், அடுத்த நாள் நீ செங்கல் தூக்க வேண்டும். மிகக் கடினமான வேலை.'

''அவன் சென்ற பிறகு, அந்த வெதுவெதுப்பான மணலில் நக்ஷத்திரங்களை பார்த்துக் கொண்டு, வேலையை நினைத்து படுத்தேன். மெகிடொ அவன் நண்பனைப் பற்றி சொன்னது, என்னுடைய நண்பனாக இருக்கக்கூடாதா என்று எண்ணினேன். நிச்சயமாக அப்படியென்றால், அது எனக்கு உதவி புரியும்.

''மெகிடோ எழுந்தவுடன், என் நல்ல செய்தியை கிசுகிசுத்தேன். பாபிலோனை நோக்கி முன்னேறும் பொழுது

அதுதான் எங்கள் ஒரே எதிர்பார்ப்பு. மதியத்திற்குப் பிறகு சுவர்களை அடைந்தோம். வரிசையாக மனிதர்கள் எரும்புகளைப்போல் மேலும் கீழும் சென்று கொண்டிருந்ததைப் பார்த்தோம். நெருங்கிய பொழுது, ஆயிரக்கணக்கான மனிதர்கள் வேலை செய்துகொண்டிருப்பதைப் பார்த்து மலைத்துப் போனோம். சிலர் அகழியைத் தோண்டிக் கொண்டிருந்தனர், சிலர் மண்ணை செங்கலுடன் சேர்த்துக் கொண்டிருந்தார்கள். அதிகமானவர்கள் செங்கல்களை கூடையில் வைத்து அதைக் கொத்தனாரிடம் சேர்க்க செங்குத்தான பாதையில் நடந்து கொண்டிருந்தனர்.*

மேற்பார்வையாளர்கள் வேலையில் பின்தங்கி இருப்பவர்களை சாட்டையால் அடித்துக்கொண்டிருந்தனர். பாவமான சோர்வடைந்தவர்கள் தடுமாறி அந்த கனமான கூடைகளுடன் கீழே விழுந்தும், திருப்பி எழ முடியாமல் இருந்தனர். சாட்டையடி அவர்களை எழுப்ப முடியவில்லை என்றால், அவர்களை ஓரத்தில் தள்ளி விட்டு, வலியில் துடிக்கும்படி விட்டுச் சென்றனர். விரைவில் அவர்கள் பிரேதங்களாக மற்றவர்களுடன் கல்லறையில் தள்ளப்படுவார்கள். . அந்தக் காட்சியைப் பார்த்து நான் நடுங்கினேன். ஆக அடிமை சந்தையில் தோற்றால், இதுதான் என் தந்தையின் மகனுக்கு கிடைக்கப்போகும் நிலை.

“கொடொஸோ சொன்னது சரிதான். எங்களை கதவுகள் வழியாக அடிமைகளின் சிறைக்கு அழைத்துச் சென்று, காலையில் சந்தைக்கு கொண்டு சென்றார்கள். பலர் பயத்தில் ஒருவரோடு ஒருவர் இணைத்துக்கொண்டிருந்தனர். வாங்குபவர்களின் பார்வைக்கு காவலாளியின் சாட்டை

---

* பாபிலோனின் சுவர்கள், கோவில்கள், தொங்கும் தோட்டம், கால்வாய்கள் எல்லாம் அடிமைகளால் கட்டப்பட்டன. முக்கியமாக போர் கைதிகள். அதனால்தான் இப்படி நடத்தப்பட்டார்கள். இந்த கும்பலில் பண நெருக்கடியாலும், திருட்டினாலும் அடிமைகளான பாபிலோனின் குடிமக்களும் இருந்தனர். உத்திரவாதத்திற்காக தன் மனைவியையும் குழந்தைகளையும் பணயம் வைத்தவர்கள், கடனை அடைக்க முடியவில்லை என்றால், அடிமைகளாக்கப்படுவார்கள். இது ஒரு பொதுவான சட்டமாக இருந்தது.

தான் அவர்களை நகர வைத்தது. மெகிடோவும் நானும் அனுமதித்தவர்களிடம் பேசினோம்.

‘‘அடிமைகளின் வியாபாரி அரசரின் பாதுகாப்பு படையிலிருந்து வீரர்களை அழைத்து வந்து பைரேட்டை சங்கிலியிட்டு கொடூரமாக அடித்தனர். அவனை அழைத்துச் செல்லும் பொழுது, அவனுக்காக நான் பரிதாபப்பட்டேன்.

‘‘நாங்கள் விரைவில் பிரிந்து விடுவோம் என்று மெகிடோவிற்கு தோணியது. பக்கத்தில் வாங்குபவர்கள் இல்லாத பொழுது, அவன் வருங்காலத்தில் வேலையின் மதிப்பு எனக்கு எப்படி இருக்கும் என்று கூறினான். ‘சிலர் அதை வெறுக்கிறார்கள். எதிரியாக நினைக்கிறார்கள். நண்பனாக பாவிப்பது நல்லது, உனக்கு பிடிக்கும்படி செய்ய வேண்டும். கடினமாக இருப்பதைப் பற்றி கவலைப்படாதே. நல்ல வீடு கட்ட, பலமான தூண்களும், பூசுவதற்கு கிணற்றிலிருந்து தண்ணீர் எடுத்து வருவதிலும் என்ன வருத்தம்? நல்ல எசமான் கிடைத்தால், அவனுக்கு உன்னால் முடிந்தவரை கடினமாக உழைப்பதாக எனக்கு உத்திரவாதம் கொடு மகனே. நீ செய்யும் வேலையை அவன் மதிக்காவிட்டாலும் பரவாயில்லை. ஞாபகம் வைத்துக்கொள், நன்றாக வேலை செய்பவனுக்கு நன்மையே நடக்கும். அது அவனை இன்னும் நல்லவனாக்குகிறது.’ ஒரு குண்டான விவசாயி எங்களை கடுமையாக பார்த்ததும் தன் பேச்சை நிறுத்திக் கொண்டான்.

‘‘மெகிடோ அவனிடம் தன் பண்ணையைப் பற்றியும், பயிர்களைப் பற்றியும் விசாரித்தான். அவன் ஒரு விலைமதிப்புள்ள மனிதன் என்று அவனை நம்ப வைத்தான். அடிமை வியாபாரியிடம் தீவிரமாக பேரம் பேச, அவன் அங்கியிலிருந்து ஒரு கனமான பணப்பையை எடுத்தான். வெகு விரைவில், மெகிடோ அவன் புதிய எசமானுடன் மறைந்தான்.

‘‘அன்று காலை இன்னும் சிலர் விற்கப்பட்டார்கள். மதியம் கொடொஸோ என்னிடம் அந்த வியாபாரிக்கு வெறுப்பாக இருப்பதாகவும், இரவுக்குள் மீதமிருப்போரை அரசரின் வியாபாரியிடம் கொண்டு செல்லப் போவதாகச் சொன்னான். என் மனநிலை கட்டுமீறிய பொழுது, குண்டான நல்ல குணாதிசயம் கொண்டவன் சுவர் பக்கத்தில் வந்து, ரொட்டி செய்பவன் எங்களுள் இருக்கிறானா என்று கேட்டான்.

''நான் அவனை எதிர்கொண்டு, 'நல்ல ரொட்டி செய்பவனாக நீ இருக்கும் பொழுது, எதற்காக தாழ்வான ஒருவனைத் தேடுகிறாய்? உன் திறமைகளை ஆவலாக இருக்கும் ஒருவனுக்கு கற்றுக் கொடுக்கலாமே? 'என்னைப் பார். இளைஞனாகவும், பலசாலியாகவும், வேலை செய்ய பிடித்தவானாகவும் இருக்கிறேன். எனக்கு ஒரு சந்தர்ப்பம் கொடுத்தால், உன் பணப்பை தங்கமும் வெள்ளியும் நிரம்பும்படி செய்வேன்.'

''என் விருப்பத்தால் அவன் கவர்ந்து, வியாபாரியிடம் பேரம் பேச ஆரம்பித்தான். என்னைப் பற்றி இதுவரை தெரியாதவன், என் ஆற்றல், வல்லமை, நல்ல உடல், ஆகியவற்றை அந்த விவசாயிடம் கூறினான். நான் கசாப்புக்காரனிடம் விற்கப்படும் நல்ல குண்டான எருது போல் இருப்பதாகத் தோன்றியது. முடிவில், பேரம் முடிந்து நான் சந்தோஷப்பட்டேன். பாபிலோனிலேயே நான் மிகவும் அதிர்ஷடசாலி யென்று நினைத்து, என் புது எசமானனை பின்தொடர்ந்தேன்.

''என் புது வீடு எனக்கு மிகவும் பிடித்திருந்தது. நானா-நயிட் என்ற என் எசமான் எனக்கு கல்லுரலில் வாற்கோதுமையை அறைக்கவும், சூளையில் நெருப்பு பற்ற வைக்கவும், தேன் கேக்குகளுக்கு எள்ளின் மாவை சன்னமாக அரைப்பதையும் கற்றுக் கொடுத்தார். அவர் தானியங்கள் வைக்கும் கொட்டகையில் ஒரு படுக்கை கொடுத்தார். ஸ்வஸ்தி என்ற அவருடைய வீட்டை பராமரிக்கும் அடிமை நல்ல உணவு அளித்தாள். அவளுடைய சில கனமான வேலைகளில் உதவி புரிந்ததில் அவள் மகிழ்ச்சி அடைந்தாள்.

''என் எசமானுக்கு என் மதிப்பை நிரூபிப்பதற்கு இதுதான் சந்தர்ப்பம் என்று நினைத்து, விரைவில் என் சுதந்திரத்தை அடைய நம்பிக்கையோடு இருந்தேன்.

''நாநா-நயிட்டை என்க்கு ரொட்டி மாவு பிசையவும் ரொட்டி செய்வதையும் கற்றுக்கொடுக்கச் சொன்னேன். என் விருப்பத்தில் மகிழ்ந்து அவரும் எனக்கு கற்றுக்கொடுத்தார். இதை நன்றாக செய்யக் கற்ற பிறகு, தேன் கேக்குகளை செய்ய கற்றுக்கொடுத்தார். விரைவில் நானே எல்லா ரொட்டிகளையும் சுட்டுக் கொண்டிருந்தேன். என் எசமானுக்கு ஓய்வு கிடைத்ததில் சந்தோஷப்பட்டார். ஆனால் ஸ்வஸ்தி எதிர்ப்பளித்தாள். 'எந்த

வேலையும் ஒரு மனிதனுக்கு கெடுதல் இல்லை,' என்றாள்.

''என் விடுதலையை அடைய காசு சம்பாதிக்க இதுதான் தருணம் என்று நினைத்தேன். மதியத்திற்குள் ரொட்டி சுடுவது முடிந்துவிடுவதால், அதற்குப் பிறகு வேறு வேலை செய்து என் வருமானத்தில் அவருக்கும் பங்கு கொடுத்தால் அவர் அதை ஏற்பார் என்று நினைத்தேன். பிறகு ஒரு எண்ணம் தோன்றியது. ஏன் இந்த தேன் கேக்குகளை சுட்டு, வீதியில் இருப்பவர்களுக்கு விற்கக்கூடாது?

''என் திட்டத்தை நாநா-நயிட்டிடம் இவ்வகையாக சொன்னேன். 'என் வேலை இங்கு முடிந்தபிறகு, நான் காசு சம்பாதித்து உங்களுடன் பங்கு போட்டால் நன்றாக இருக்கும். நானும் எனக்கென்று இருக்கும் சில ஆசைகளையும் சம்பாதிக்கும் இந்த காசினால் பூர்த்தி செய்வேன்.'

'''நியாயமானது, நியாயமானது,' என்று ஆமோதித்தார். தேன் கேக்குகளை விற்பதைக் கேட்டு அவர் மகிழ்ச்சியடைந்தார் 'நாம் இப்படிச் செய்யலாம்,' என்று யோசனை கூறினார். 'நீ கேக்குளை இரண்டு காசுகளுக்கு ஒன்று என்று விற்றால், அதில் பாதி நான் மாவுக்கும், தேனுக்கும், மரத்திற்கும் உபயோகிக்கிறேன். மீதமுள்ளதில், இருவரும் பாதியாக எடுத்துக்கொள்ளலாம்.'

''நான் என் விற்பனையில் கால் பங்கை வைத்துக்கொள்வதைக் கேட்டு மகிழ்ந்தேன். அன்று இரவு, கேக்குகளை காட்சிப்படுத்த ஒரு தட்டை தயார் செய்தேன். நாநா-நயிட் பார்ப்பதற்கு நான் நன்றாக இருக்க வேண்டுமென்று தன் பழைய அங்கியை கொடுத்தார். ஸ்வஸ்தியும் அதை ஒட்டவைத்து, சுத்தப்படுத்த உதவினாள்.

''அடுத்த நாள் நான் ஒரு தட்டு கேக்குகளை அதிகமாக சுட்டேன். அவை பழுப்பாகவும், கவர்ச்சியாகவும் இருந்தன. வீதியில் கூக்குரலிட்டு விற்கச் சென்றேன். முதலில் எவரும் சீண்டவில்லை. நான் நம்பிக்கை இழந்தேன். ஆனால் தொடர்ந்து கூக்குரலிட்டபொழுது, மதியத்தில் பசியுடன் இருக்கும் மனிதர்களால், கேக்குகள் விரைவில் விற்று, என் தட்டு காலியாகிவிட்டது.

''நாநா-நயிட் என் வெற்றியில் மிகுந்த மகிழ்ச்சி அடைந்து என் பங்கைக் கொடுத்தார். என் காசுகளைக் கண்டு நான்

ஆனந்தம் அடைந்தேன். மெகிடோ சரியாகத்தான் சொன்னான் - எசமான் நன்றாக வேலை செய்பவனை பாராட்டுவார் என்று. அன்று இரவு சந்தோஷத்தால் தூக்கம் வரவில்லை. ஒரு வருடத்தில் எவ்வளவு சம்பாதிக்க முடியும், என் விடுதலையை வாங்க எத்தனை வருடங்களாகும் என்று யோசித்துக் கொண்டிருந்தேன்.

''தினந்தோறும் கேக்குகள் விற்பதில், நிலையான வாடிக்கையாளர்கள் கிடைத்தார்கள். அவர்களில் ஒருவர் தான் உன் தாத்தா அரட் குலா. ஒரு கழுதை மேல் கம்பளங்களை அடுக்கி, ஒரு அடிமையுடன் அவர் நகரத்தின் ஒரு எல்லையிலிருந்து மற்றொரு எல்லைக்குச் சென்று குடும்பத்தலைவிகளுக்கு கம்பளங்கள் விற்றுக் கொண்டிருந்தார். அவருக்கு இரண்டு கேக்கும் அடிமைக்கு இரண்டு கேக்கும் வாங்கி, என்னுடன் பேசிக்கொண்டே சாப்பிடுவார்.

''உன் தாத்தா ஒரு முறை என்னிடம் சொன்னதை நான் என்றும் ஞாபகம் வைத்திருப்பேன். 'உன்னுடைய கேக் மிகவும் பிடித்திருக்கிறது. அதற்கும் மேல் நீ வியாபாரம் செய்யும் விதம் நன்றாக இருக்கிறது. இந்த நோக்கம் உன்னை வெற்றிப் பாதையில் கொண்டு செல்லும்.'

''ஆனால் உன்னால் எப்படி புரிந்துகொள்ள முடியும் ஹடன் குலா, இந்த உற்சாகப்படுத்தும் வார்த்தைகளை? தனியாக ஒரு பெரிய நகரத்தில் இருந்து கொண்டு, அவமானத்திலிருந்து வெளியே வரத் தவிக்கும் ஒரு அடிமைக்கு அது என்ன பொருள் கொடுக்கும் என்று நீ அறிய மாட்டாய்?

''மாதங்கள் செல்லச் செல்ல, என் பையில் காசுகளை சேர்த்துக் கொண்டே இருந்தேன். என் இடைவார் இதமான கனத்துடன் இருந்தது. மெகிடோ சொன்னதுபோல் வேலைதான் எனது நண்பனாக இருந்தது. ஆனால் ஸ்வஸ்திக்கு கவலையாக இருந்தது.

'''உன் முதலாளி சூதாட்டத்தில் அதிக நேரம் கழிப்பது எனக்கு பயமாக இருக்கிறது,' என்றாள்.

''ஒரு நாள், வீதியில் என் நண்பன் மெகிடோவை சந்தித்ததில் மகிழ்ந்தேன். காய்கறிகளை சுமந்து செல்லும் மூன்று கழுதைகளுடன் இருந்தான். 'நான் நன்றாக இருக்கிறேன்,' என்றான். 'என் முதலாளி என் வேலையை

பாராட்டுகிறார். நான் இப்பொழுது முன்னிலையாளர். விளம்பர பிரசாரத்தையும் என்னிடம் விட்டுவிட்டார். என் குடும்பத்தை அழைத்திருக்கிறார். என் கஷ்டங்களிலிருந்து காப்பாற்ற வேலை எனக்கு உதவுகிறது. ஒரு நாள் என் விடுதலையையும் எனக்கென்று ஒரு பண்ணையையும் வாங்க உதவும்.'

''இப்படியாக காலம் சென்றது. நாநா-நயிட் நான் விற்றுவிட்டு திரும்பி வரவதை ஆவலோடு எதிர்பார்த்தார். வந்தவுடன் காசுகளை எண்ணி பிரித்துக் கொடுப்பார். இன்னும் வேறு சந்தைகளைத் தேடி விற்பனையை அதிகரிக்க உந்தினார்.

''அடிக்கடி நான் நகர கதவுகளுக்கு வெளியே சென்று சுவர்களை கட்டும் அடிமைகளின் கண்காணிப்பாளருக்கும் விற்பேன். அந்த ஒவ்வாத காட்சி பிடிக்கவில்லை யென்றாலும், அந்த கண்காணிப்பாளர்கள் அதிகம் வாங்குபவர்கள். ஒரு நாள் ஸபாடோவை செங்கலை கூடைகள் நிரப்பும் வரிசையில் வியப்புடன் பார்த்தேன். அவன் மெலிந்து, வளைந்து, சாட்டை அடியினால் வந்த வடுகளும், காயங்களும் கொண்ட முதுகுடன் இருப்பதைப் பார்த்தேன். பாவமாக இருந்ததால், ஒரு கேக்கை அவனிடம் கொடுத்தேன். அவனும் ஒரு பசியுள்ள மிருகம் போல் வாயில் அடைத்துக்கொண்டான். அவனுடைய பேராசையான கண்களைப் பார்த்து, என் தட்டை எடுத்துக்கொண்டு அங்கிருந்து விரைந்தேன்.

'''நீ ஏன் இவ்வளவு கடினமாக உழைக்கிறாய்?' என்று அரட்குலா கேட்டான். இதே கேள்வியை தான் நீ இன்று என்னிடம் கேட்டாய், நினைவிருக்கிறதா? நான் அவனிடன் மெகிடோ சொன்னதைச் சொல்லி எப்படி வேலை என் அருமை நண்பானாகி விட்டான் என்றேன். என் பணப்பையை காண்பித்து விடுதலை அடைய நான் சேமிப்பதைப் பற்றி சொன்னேன்.

'''விடுதலை அடைந்து என்ன செய்வாய்?' என்று கேட்டான்.

'''நான் ஒரு வியாபாரியாக விரும்புகிறேன்,' என்றேன்.

''அப்பொழுது, அவன் என்னிடம் அந்தரங்கமாக ஒன்றை பகிர்ந்துகொண்டான். அதை நான் சந்தேகப்படவே இல்லை. 'உனக்குத் தெரியாது, ஆனால் நானும் ஒரு அடிமைதான். என் முதலாளியின் பங்குதாரர்.'''

''நிறுத்து,'' கட்டளையிட்டான் ஹடன் குலா. ''என் தாத்தாவைப்பற்றி இழிவாக பேச அனுமதிக்க மாட்டேன். அவர் அடிமையல்ல.'' அவன் கண்கள் கோபத்தால் மின்னின.

ஷர்ரு நாடா அமைதியாக இருந்தான். ''இழிவிலிருந்து எழும்பி டமஸ்கஸின் மதிக்கத்தக்க குடிமகனாக ஆனவரை நான் மதிக்கிறேன். அதே மெழுகில் உருவானவன் தானே நீ, அவரின் பேரன்? ஒரு ஆண்மகனாக உண்மையை சந்திப்பாயா அல்லது மாயையிலேயே இருப்பாயா?''

ஹடன் குலா தன் சேணத்தை சரிபடுத்தினான். மிகுந்த உணர்ச்சி பொங்கும் குரலில் சொன்னான், ''என் தாத்தாவை எல்லோரும் விரும்பினார்கள். அவருடைய நற்காரியங்கள் கணக்கிட முடியாதவை. பஞ்சம் வந்த பொழுது, தன் தங்கத்தால் எகிப்திலிருந்து தானியம் வாங்கி தன் வண்டியில் டமஸ்கஸிற்கு கொண்டு வந்து, மக்கள் பட்டினி கிடக்காமல் இருக்க, எலோருக்கும் விநியோகிக்கவில்லையா? ஆனால் நீங்கள் அவர் பாபிலோனில் ஒரு வெறுக்கத்தக்க அடிமையாக இருந்தார் என்கிறீர்களே?''

''பாபிலோனிலேயே அவன் இருந்திருந்தால் ஒருவேளை அவன் வெறுக்கத்தக்கவனாகியிருக்கலாம். ஆனால் அவன் தன் சுயமுற்சியால் டமஸ்கஸில் பெரிய மனிதராகிவிட்டான். ஆண்டவர்களே அவன் இழிவை நிந்தித்து, மரியாதை கொடுத்தனர்,'' ஷர்ரு நாடா பதிலளித்தான்.

ஷர்ரு நாடா தொடர்ந்தான், ''அடிமை என்று எனக்கு சொன்ன பிறகு, அவன் விடுதலையை அடைய எவ்வளவு கவலைப்பட்டான் என்றான். இப்பொழுது அதை வாங்க அவனிடம் காசு இருந்தும், என்ன செய்வதென்று தெரியாமல் இருந்தான். விற்பனை அதிகமில்லை. முதலாளியின் துணையை விட்டு விலக பயந்தான்.

''நான் அவனின் தீர்மானம் எடுக்காத நிலையை எதிர்த்தேன்: 'உன் முதலாளியுடன் ஒட்டிக் கொள்ளாதே. விடுதலையான மனிதனின் எண்ணங்களை அறிந்து கொள். விடுதலை அடைந்தவனைப் போல் நடந்து வெற்றி கொள். ஆசைகளின் குறிக்கோளை நிர்ணயித்தால், வேலை உனக்கு கை கொடுத்து உன் இலக்கை அடையச் செய்யும்.' அவன் கோழைத்தனத்தை

சுட்டிக்காட்டியதற்கு நன்றி சொல்லி தன் வழியே சென்றான்.*

''ஒரு நாள் நான் நகரத்தின் கதவுகளுக்கு பின்னால் சென்றபொழுது, அங்கு கூட்டமாக இருப்பதைப் பார்த்தேன். என்னவென்று கேட்டதற்கு, 'நீ கேள்விப்படவில்லையா? தப்பித்த ஒரு அடிமை அரசரின் காவலாளியை கொன்றுவிட்டான். இன்று அவனை அடித்துக் கொல்லப் போகிறார்கள். அரசர் கூட வருவார்,' என்றான் ஒருவன்.

''அதிக கூட்டமாக இருந்ததால் என் தேன் கேக்குகள் கொண்ட தட்டு விழுந்துவிடுமோ என்று அருகாமையில் செல்ல அஞ்சினேன். ஆதலால், கட்டி முடிந்திருக்காத சுவர் மேல் ஏறி மற்றவர்கள் தலைக்கு மேல் நோக்கினேன். என் நல்ல நேரத்திற்கு இணையாக நெபுசெட்நெஸர் (Nebuchadnezzar) தன் தங்கத் தேரில் வருவதைப் பார்த்தேன். இதற்கு முன் இத்தனை பகட்டும், அங்கிகளும், தங்கத் துணியிலும் பட்டிலும் தொங்கிய திரைச் சீலைகளையும் நான் பார்த்ததேயில்லை.

''அடிப்பதைப் பார்க்க முடியவில்லை ஆனால் அந்த அடிமை கத்தும் குரல் கேட்டது. எப்படி உத்தமமான அழகான அரசர் இந்த நரக வேதனையை பார்த்துக் கொண்டிருக்கிறார், இருந்தும் அவர் மற்ற உயர் குடிமக்களுடன் சிரித்து கிண்டலடித்துக் கொண்டிருந்ததைப் பார்த்து அவர் கொடூரமானவர் என்றும் இத்தகைய மனிதாபிமானமில்லாத வேலைகளை அடிமைகளிடமிருந்து எதிர்பார்க்கிறார்கள் என்பதும் தெரிந்தது.

''அந்த அடிமை இறந்த பிறகு, எல்லோரும் பார்ப்பதற்காக அவன் காலில் கட்டியிருந்த கயிற்றினால் ஒரு கம்பத்தில்

---

* நமக்கு அது நிலையற்றதாக இருந்தாலும், பாபிலோனில் அடிமைகளின் வழக்கங்களுக்கு சட்டம் இருந்தது. உதாரணத்திற்கு, அடிமைகள் தங்களுக்கென்று நிலம், மற்ற உடமைகளையும் வைத்துக்கொள்ளலாம். அதில் முதலாளிக்கு உரிமை கிடையாது. அடிமையற்றவர்களை அடிமைகள் திருமணம் செய்து கொள்ளலாம். சுதந்திரமாக இருந்த தாயார்களின் குழந்தைகள் சுதந்திரமானவர்கள். அநேகமான நகர வியாபாரிகள் அடிமைகளாக இருந்தார்கள். முதலாளியுடன் பங்குதாரர்களாக இருந்து தன்னுரிமையுடன் செல்வந்தர்களாக இருந்தார்கள்.

தொங்க விடப்பட்டான். கும்பல் குறைந்தவுடன் நான் அருகில் சென்றேன். அவன் ரோமம் நிறைந்த மார்பில் இரண்டு சர்ப்பங்கள் இணைக்கப்பட்டிருந்த பச்சை குத்தல் இருந்தது. அது பைரேட்.

''அடுத்த முறை அரட் குலாவை சந்தித்த பொழுது அவன் மாறியிருந்தான். குதூகலததோடு என்னை வறவேற்றான். 'பார், நீ அறிந்த அடிமை இப்பொழுது சுதந்திர மனிதனாகிவிட்டேன். உன் வார்த்தையில் மாயாஜாலம் இருந்தது. ஏற்கனவே என் விற்பனையும் லாபமும் உயர்ந்து விட்டது. என் மனைவி சந்தோஷத்தில் இருக்கிறாள். அவள் என் முதலாளியின் சொந்தம். இப்பொழுது சுதந்திரமாகி விட்டாள். நான் அடிமையாக இருந்தேன் என்று தெரியாத வேறு நகரத்திற்குச் செல்ல விருப்பப்படுகிறாள். எங்கள் குழந்தைகளும் அடிமையின் குழந்தைகள் என்று சொல்வதை தடுக்கலாம். வேலைதான் என் உதவியாளனாகி விட்டது. என் விற்கும் திறமையையும் என் நம்பிக்கையையும் திருப்பிப் பெற வைத்திருக்கிறது.'

''அவன் எனக்குக் கொடுத்த ஆதரவை ஒரு சிறிய வழியில் அவனுக்கு திருப்பிக் கொடுத்ததை நினைத்து நான் மிகவும் சந்தோஷப்பட்டேன்.

''ஒரு மாலை நேரம் ஸ்வஸ்தி மிகவும் வேதனைப்பட்டு என்னிடம் வந்தாள், 'உன் முதலாளி கவலையில் இருக்கிறார். அவருக்காக நான் பயப்படுகிறேன். சில மாதங்களுக்கு முன்னால் அவர் சூதாட்டத்தில் அதிகம் இழந்தார். விவசாயிக்கு தானியத்திற்கும் தேனுக்கும் கட்டணம் கொடுக்கவில்லை. வட்டிக்காரனுக்கும் கொடுக்கவில்லை. அவர்கள் கோபமடைந்து அவரை எச்சரிக்கை செய்துள்ளனர்.'

'''அவர் முட்டாள்தனத்திற்கு நாம் ஏன் கவலைப்பட வேண்டும்? நாம் அவர் பாதுகாப்பாளர்கள் இல்லையே,' என்று யோசிக்காமல் பதிலளித்தேன்.

'''முட்டாளான இளைஞனே, உனக்கு புரியவில்லையா? உன்னுடைய பேரில்தானே வட்டிக்காரன் கடன் கொடுத்தான். சட்டத்தின்படி அவன் உன்னை உரிமையாக்கி விற்கலாம். எனக்கு என்ன செய்வதென்று தெரியவில்லை. அவர் ஒரு நல்ல முதலாளி. ஏன்? ஓ, ஏன் அவருக்கு இப்படி ஒரு நிலை

வரவேண்டும்?'

''ஸ்வஸ்தியின் பயம் ஆதாரமில்லாததில்லை. அடுத்த நாள் காலை நான் ரொட்டி சுட்டுக்கொண்டிருந்த பொழுது, வட்டிக்காரன் ஸஸி என்றவனுடன் வந்தான். ஸஸி என்னைப்பார்த்து, இவன் சரியாக இருப்பான் என்றான்.

''வட்டிக்காரன் என் எசமான் வரும் வரையில் காக்கவில்லை. ஸ்வஸ்தியிடம் அவர்கள் என்னை கூட்டிப்போவதாக எசமானிடம் சொல்லச் சொன்னார்கள். ரொட்டி சுடும் வேலை முடிந்திராத போதிலும், நான் அணிந்திருந்த அங்கியுடனும், என் பையில் இருந்த காசுடனும் என்னை அவசரமாக கூட்டிச் சென்றார்கள்.

''சூறாவளி மரங்களை அப்புறப்படுத்தி கடலில் வீசுவது போல் என் அன்பார்ந்த எதிர்பார்புகளிலிருந்து நான் சுழற்றப்பட்டேன்.

''ஸஸி ஒரு முரட்டு மனிதன். நகரில் செல்லும் பொழுது, நான் அவனிடம் நாநா-நயிட்டிடம் எவ்வளவு நன்றாக வேலை செய்தேன் என்றும், அவனுக்கும் அதேபோல் செய்வேன் என்றும் கூறினேன். அவன் பதில் ஆர்வமுடையதாக இல்லை:

'''எனக்கு இந்த வேலை பிடிக்காது. என் முதலாளிக்கும் பிடிக்காது. அரசர் அவரிடம் கால்வாய் கட்ட அடிமைகளை சேகரித்து, கடினமாக உழைத்து, சீக்கிரமாக இந்த வேலை முடிக்க வேண்டும் என்று சொல்லியிருக்கிறார். இத்தனை பெரிய வேலையை எப்படி சீக்கிரம் முடிக்க முடியும்?'

''ஒரு பாலைவனத்தில் ஒரு மரம் கூட இல்லை, சிறிய புதர்கள், சூரியனின் சுட்டெறிக்கும் வெயிலினால் குடத்தில் இருந்த தண்ணீர் கூட சுடுகிறது என்று மனதில் சித்தரித்துக் கொள். பிறகு வரிசையாக மனிதர்கள் பள்ளத்தில் இறங்கி, காலையிலிருந்து மாலை வறை மண் நிறைந்த கூடைகளை சுமந்து வருவதை யோசித்துப்பார். பன்னிகள் போல் நாங்கள் திறந்து வைத்திருந்த தொட்டியிலிருந்து உண்ண வேண்டும் என்பதை யோசி. கூடாரமும் இல்லை, படுக்க வைக்கோலும் இல்லை. இந்த சூழ்நிலையில் தான் நான் இருந்தேன். என் பணப்பையை ஒரு மறைவில் புதைத்து வைத்தேன், திரும்பிக் கிடைக்குமா என்று நினைத்தேன்.

''முதலில் நன்றாக வேலை செய்தேன். மாதங்கள் செல்ல

என் உத்வேகம் உடைந்தது. பிறகு காய்ச்சல் வந்து என் உடலை வருத்தியது. பசி இல்லை, இறைச்சியும் காய்களும் சாப்பிட முடியவில்லை. இரவில் அமைதியில்லாமல் தூக்கமின்மையில் இருப்பேன்.

''என் கஷ்டத்தில், ஸபாடோவை நினைத்தேன். அவனிடம் நல்ல திட்டம் இருந்தது, வேலையிலிருந்து தப்பி அவன் முதுகு உடையாமல் இருப்பதற்கு, ஆனால் அவன் திட்டம் சரியல்ல என்று அன்று இரவு அவனை பார்த்தபொழுது தெரிந்தது.

''கசப்பு நிறைந்த பைரேட்டைப் போல் சண்டையிட்டு கொல்வதைப் பற்றி நினைத்தேன். அவனுடைய இரத்தம் வழியும் உடலைப் பார்த்து, அந்த வழியும் சரியில்லை என்று தீர்மானித்தேன்.

''பின் மிகிடோவை கடைசி முறையாக சந்தித்ததை நினைத்தேன். அவன் கைகள் மிகவும் வெட்டுப்பட்டிருந்தன, ஆனால் அவன் இதயம் லேசாகவும், முகத்தில் சந்தோஷத்தையும் பார்த்து, இதுதான் சரியான வழி என்று தோன்றியது.

''இருந்தும் நான் மிகிடோவை விட கடினமாக வேலை செய்யக்கூடியவன். என் வேலை எனக்கு சந்தோஷத்தையும் வெற்றியையும் ஏன் தரவில்லை? வேலைதான் மிகிடோவிற்கு மகிழ்ச்சியைத் தந்ததா, இல்லை ஆண்டவனிடம்தான் சந்தோஷமும் வெற்றியும் இருக்கிறதா? என் வாழ்நாள் முழுதும் என் ஆசைகளை பூர்த்தி செய்யாமல், சந்தோஷமும் வெற்றியும் கிடைக்காமல் நான் வேலை செய்ய வேண்டுமா? இந்த கேள்விகள் என்னுள் எழுந்தும் விடை கிடைக்கவில்லை. நான் குழம்பியிருந்தேன்.

''என் சகிப்புத்தன்மையும், கேள்விகளுக்கு பதில் கிடைக்காத அல்லாடலிலும் தவித்த போது, சில தினங்களுக்குப் பிறகு ஸஸி என்னை கூப்பிட்டான். என்னை பாபிலோனுக்கு கூட்டிச்செல்ல என் முதலாளி ஆளை அனுப்பியிருந்தார். என் பணப்பையை தோண்டி எடுத்து, என் கிழிந்த அங்கியை போர்த்திக் கொண்டு வழி நடந்தேன்.

''சவாரி செய்யும் பொழுதும் அந்த சூறாவளியின் நினைவு என் காய்ச்சலுடைய மூளையில் இப்படியும் அப்படியும் ஓடியது. என் ஊரான ஹரெளனில் ஜபம் செய்யும் விசித்திரமான வார்த்தைகளைப்போல நான் வாழ்ந்து கொண்டிருந்தேன்:

சூறாவளியைப்போல பாதுகாப்பற்ற மனிதனை
புயலைபோல அவனை ஓட்டி
அவனுடைய பாதையைக் காட்ட முடியாது
அவனுடைய விதியை முன்னறிவிக்க முடியாது

''இப்படி தண்டனை அனுபவிக்க வேண்டுமென்பது என் விதியா? எனக்குத் தெரியவில்லை. இன்னும் என்ன புதிய அழிவும் ஏமாற்றமும் எனக்காக காத்திருக்கிறது?

''என் முதலாளியின் வீட்டின் முற்றத்தை அடைந்தவுடன், அரட் குலா என்னை வறவேற்க நிற்பதை பார்த்து ஆச்சரியப்பட்டேன். என்னை கீழே இறக்கித் தொலைந்து போன சகோதரனைப்போல் என்னை அணைத்துக் கொண்டான்.

''நான் அவனை என் முதலாளியாக பின்பற்றியிருப்பேன் ஆனால் அவன் அனுமதிக்கவில்லை. என் மேல் கை போட்டு, 'உன்னை எல்லா இடங்களிலும் தேடினேன். நம்பிக்கை இழந்த பொழுது, ஸ்வஸ்தி வட்டிக்காரனைப்பற்றிச் சொன்னாள். அவன் உன் உயர்ந்த சொந்தக்காரனை காண்பித்தான். கடினமான பேரம் பேசி, அதிகமாக பணம் கொடுத்தேன், ஆனால் நீ அந்த மதிப்பிற்கு உகந்தவன். என் வெற்றிக்கு காரணம் உன் தத்துவமும், தொழில் ஆர்வமும் தான்.'

'''மிகிடோவின் தத்துவம், எனது இல்லை,' என்றேன்.

'''மிகிடோவினுடையதும் உன்னுடையதும். உங்கள் நற்செயலால் நாம் இப்பொழுது டமஸ்கஸ் சென்று உன்னை பங்குதாரராக செய்து கொள்ளப் போகிறேன். 'பார், ஒரு நொடி நேரத்தில் நீ சுதந்திர மனிதனாகி விடுவாய்.' இதைச் சொல்லி தன் அங்கியிலிருந்து என் பேர் பதித்த பலகையை எடுத்தான். அதை தலைக்கு மேல் தூக்கி, கல்லில் நூறு துண்டுகளாக உடையும்படி வீசி எறிந்தான். எக்களிப்புடன் அதன் மேல் ஏறி மண்ணாக்கினான்.

''நன்றி உணர்வில் கண்ணீர் என் கண்களை நிரப்பியது. பாபிலோனின் மிகவும் அதிர்ஷ்டசாலி நான் என்று அறிந்தேன்.

''இதனால் என்ன தெரிவதென்றால், வேலைதான் என்னுடைய தோழன். வேலை செய்ய இணங்கியதால், என்னை சுவர்களில் இருக்கும் அடிமைகளை சேர்வதிலிருந்து காப்பாற்றியது. இது உன் தாத்தாவையும் மகிழ்ச்சியூட்டி

என்னை பங்குதாரராக தேர்ந்தெடுக்க வைத்தது.''

ஹடன் குலா கேட்டான், ''தங்கக் காசுகளை பெறுவதற்கு வேலைதான் என் தாத்தாவின் இரகசிய சாவியா?

ஷரரு நாடா பதிலளித்தான். ''அவரை முதலில் தெரிந்தபொழுது இதுதான் அவரின் ஒரே இரகசிய சாவி. உன் தாத்தாவிற்கு வேலை செய்ய மிகவும் பிடிக்கும். ஆண்டவன் அதை பாராட்டி அவர் முயற்சிக்கு பரிசளித்தார்.''

''இப்பொழுது தெரிகிறது,'' என்றான் ஹடன் குலா யோசித்தபடி. ''அவர் வேலையும் அதன் வெற்றியும் மிகுந்த நண்பர்களை ஈர்த்தது. டமஸ்கஸில் அவரது வேலைக்கு மரியாதை கிடைத்தது. நான் அங்கீகரித்த அத்தனையும் வேலை அவருக்கு அளித்தது. வேலை அடிமைகளுக்குத்தான் பொருந்தும் என்று நான் நினைத்தேன்.''

''மனிதர்கள் அனுபவிப்பதற்கு வாழ்க்கை செல்வமானது,'' ஷர்ரு நாடா சொன்னான். ''ஒவ்வொன்றுக்கும் ஒரு இடம் இருக்கிறது. வேலை அடிமைகளுக்கு என்று ஒதுக்கி வைத்தது அல்ல. அப்படி இருந்திருந்தால் நான் மிகுந்த மகிழ்ச்சியடைந்ததை இழந்திருப்பேன். பல விஷயங்களை நான் அனுபவிக்கிறேன், ஆனால் வேலை கொடுக்கும் மகிழ்ச்சி எதிலும் வராது.''

ஷர்ரு நாடாவும் ஹடன் குலாவும் உயரமான சுவர்களின் நிழலில் பாபிலோனின் வெங்கல கதவுகளை அடைந்தார்கள். அவர்கள் வருகையில் அங்கிருந்த காப்பாளர்கள் மதிப்பிர்க்குரிய குடிமகனை வணங்கினார்கள். பெருமிதமாக தலையைத் தூக்கி ஷர்ரு நாடா தன் நீண்ட பிரயாணிகளின் வண்டியுடன் கதவுகள் வழியாக நகரத்தின் சாலைகளில் நுழைந்தான்.

ஹடன் குலா தன் அந்தரங்கத்தை பகிர்ந்தான், ''நான் எப்பொழுதும் என் தாத்தாவைபோல இருக்கவேண்டும் என்று விரும்பினேன். எந்த மாதிரியான மனிதன் அவர் என்பதை நான் உணரவில்லை. இதை நீங்கள் எனக்கு காண்பித்து விட்டீர்கள். இப்பொழுது எனக்கு புரிந்தது. அவரை நான் இன்னும் அதிகமாக போற்றுகிறேன். அவரைப்போல் இருக்க வேண்டும் என்று நிச்சயத்திருக்கிறேன். அவருடைய வெற்றியின் இரகசிய சாவியை எனக்கு அளித்ததற்கு நான்

உங்களுக்கு என்ன கைமாறு செய்வது என்று பயப்படுகிறேன். இந்த நாளிலிருந்து, அவர் சாவியை நான் பயன்படுத்துவேன். என் ஆடம்பர ஆடைகளையும் நகைகளையும் விட சிறந்தது, அவரைப்போல் பணிவாக என் வாழ்க்கையை ஆரம்பிப்பது என்பதை உணர்ந்துவிட்டேன்.''

இதைச் சொல்லி, ஹடன் குலா தன் விரல்களிலிருந்தும் காதுகளிலிருந்தும் நகைகளை கழற்றினான். குதிரையை நிறுத்தி, பின்னால் சென்று, மிக்க மரியாதையுடன் வண்டியின் தலைவனை தொடர்ந்தான்.